சிற்பம் ஒன்று வடிவம் இரண்டு

கண்டேன் இராஜசிம்ம பல்லவனை

முனைவர். க. தக்ஷிணாமூர்த்தி ஸ்தபதி Ph.D

ISBN
Hardcase 979-8-89610-379-0
Paperback 979-8-89556-836-1

முனைவர். வை.கணபதி ஸ்தபதி

'நீ ஊன்றிய விதையால் பூக்கும் இந்நூல் உனக்கே
சமர்ப்பணம்'

பொருளடக்கம்

அணிந்துரை

பேராசிரியர் இ. சுந்தரமூர்த்தி

முன்னாள் துணைவேந்தர்

தமிழ்ப் பல்கலைக்கழகம்

16 பாரதி தெரு, திருமலை நகர் இணைப்பு

சென்னை 600096

உலகப் புகழ் பெற்ற சிற்பங்களைப் பல்லவ மன்னர்கள் உருவாக்கித் தமிழுக்கும் தமிழருக்கும் பெருமை சேர்த்தவர்கள். பல்லவப் பேரரசன் இராஜசிம்மன் சிற்பக்கலையின் மீது அளவற்ற காதல் கொண்டவன். இவன் உருவாக்கிய கலைக் கோயில்களின் அழகையும் பெருமையையும் உணர்ந்து உலகம் முழுவதிலுமிருந்தும் அழகியல் ஆய்வாளர்கள் அக்கோயில்களில் உள்ள சிற்பங்களைப் பார்த்து வியந்தவண்ணம் உள்ளனர்.

இராஜசிம்ம பல்லவன் உருவாக்கிய காஞ்சிபுரம் கைலாசநாதர் கோயில் சிற்பங்கள் சிறந்த கலை நுட்பத்தோடு விளங்குபவை. சிற்பக்கலை வல்லுநராக விளங்கும் முனைவர். திரு. க.தட்சிணாமூர்த்தி ஸ்தபதி அவர்கள் அருமையான தலைப்பில் புதிய அணுகுமுறையோடு 'சிற்பம் ஒன்று வடிவம் இரண்டு' என்ற நூலைச் சிற்பக்கலையின் நுட்பம் விளங்கத் தமிழ் உலகிற்கு வழங்கியுள்ளார்.

மரபு வழியில் வந்த அறிஞர் திரு. க.தட்சிணாமூர்த்தி அவர்கள் தமிழகத்தில் புகழ் பெற்று விளங்கும் அரிய கலைக்கூடங்களை உருவாக்கிய அறிஞர் திரு. கணபதி ஸ்தபதி அவர்களின் தங்கை மகன், முறையாகச் சிற்பக்கலை பயின்றவர், அயல்நாடுகளில் பல திருக்கோயில்களை உருவாக்கியவர். தமிழ் இலக்கியம், இலக்கணம், வடமொழி இலக்கியம் ஆகியவற்றில் புலமை பெற்றவர்.

கைலாசநாதர் கோயிலில் அமைந்த சிற்பங்கள் தனித்த சிறப்புடையவை. இச் சிற்பங்களை வடிக்கும் பேராற்றல் பெற்ற சிற்பிகளை அறிவியல் நோக்கிலும் கலையியல் நோக்கிலும் இந்நூலாசிரியர் ஆராய்ந்து நுட்பமான புலமையோடு இந்த அரிய நூலைப் படைத்துள்ளார். பன்னூல்களோடு ஒப்பிட்டு சிற்பத்தில் உள்ள இரு உருவங்களையும் ஆராய்ந்தவர். தமிழ், வடமொழி இலக்கணங்கள் கூறும் அழகியல் (aesthetics) கோட்பாட்டை இச்சிற்பங்கள் வழி ஆராய்ந்தமை இருதுறைகளுக்கும் உள்ள தொடர்பையும் நுட்பத்தையும் காட்டும் அரியநூல்.

ஒரு செய்யுளில் இரு கருத்துகளைப் பொருத்தி ஒப்பிட்டுக் காட்டும் அணி சிலேடை அணி. இவ்வணியின் பொருத்தப் பாட்டினைச் சிற்பங்கள் உணர்த்தும் நுட்பத்தோடு விளக்கும் ஆசிரியரின் அரிய திறன் புதுமையானது. பெரிதும் பாராட்டத்தக்கது. காவியதர்சா முதலாய வடமொழி அலங்கார நூல்களை நன்கு பயின்று அழகியல் நெறிகளையும் இக்கலையோடு ஒப்பிட்டு ஆராயும் ஆசிரியரின் இந்நூல் சிற்பக்கலையைப் பிற துறைகளோடு ஒப்பிட்டுக் காண்பதற்கு உரிய ஆய்வுநூல். இந்நூல் வடசொற்களுக்குத் தமிழாக்கம் தந்த நூல். அரிய சிற்பங்களின் படங்கள் இந்நூலில் உள்ளன.

ஓர் அரிய சிற்பம் இக்கோயிலில் அமைந்துள்ளதைத் திரு. தட்சிணாமூர்த்தி அவர்கள் உணர்ச்சியோடு விளக்கும் விதம் நம்மை மெய்சிலிர்க்க வைக்கிறது.

கலைமீது 'எல்லையற்ற காதலன்' என்று தன்னைக் கல்வெட்டுகளில் பிரியமாக எழுதிச் சென்ற பல்லவ மன்னன் இராஜசிம்மனும் இச்சிற்பங்களுள் ஒன்றாக வீற்றிருக்கின்றான். இதனை ஆசிரியர் இராஜசிம்மன் தன்னைச் சிற்பத்துள் நுட்பமாயும் நுட்பத்துள் சிற்பமாயும் காஞ்சி கைலாசநாதர் கோயில் இரட்டைச் சிற்பத்தில் செதுக்கிச் சென்றிருக்கின்றான் என்பதைப் பதின்மூன்று நூற்றாண்டுகளுக்குப் பின்னர் காலம் இன்றுதான் கண்டு சொல்ல வைத்ததைக் கூறும் நூல்தான் 'சிற்பம் ஒன்று வடிவம் இரண்டு' என்று பெருமிதமாக ஆசிரியர் உரைப்பதும் 'கண்டேன் இராஜசிம்ம பல்லவனை' என்று முடிப்பதும் நமக்கெல்லாம் பெருமையே.

நூலாசிரியர் தாம் கண்ட இராஜசிம்மனை நமக்கும் உணர்த்தும் அழகிய மொழிநடை இவருக்கு வாய்த்துள்ளது. இராஜ சிம்மனுக்கு

வாய்த்த இருநூறுக்கும் மேற்பட்ட விருதுப் பெயர்களையும் அவன் கலை வரலாற்றையும் உணர்ச்சி மிகுந்த நடையோடு அவர் விவரிக்கும்போது இராஜசிம்மன் நம்முன் உயிரோடு நின்று பேசுகிறான் என்றே தோன்றுகிறது.

பதின்மூன்று நூற்றாண்டுகளுக்கு முன் வாழ்ந்த இராஜசிம்மனைச் சிற்பமாக இரண்டு ஆண்டுகளுக்கு முன் ஆசிரியர் கண்டார்.

காஞ்சி கைலாசநாதர் திருக்கோயிலின் வாசலில் இராஜசிம்மன் நம்மை வரவேற்கக் காத்துக் கொண்டுள்ளான். வாருங்கள், அவனைக் கண்டு வாழ்த்துவோம்!

தமிழர் கலையைப் போற்றுவோம்!

தமிழுக்கு புதுவரவாக அரிய நூலைப் படைத்த ஸ்தபதி அவர்களை வாழ்த்துவோம், வணங்குவோம்.

பேராசிரியர் இ. சுந்தரமூர்த்தி

என்னுரை

கலைமீது 'எல்லையற்ற காதலன்' என்று தன்னை கல்வெட்டுக்களில் பிரியமாய் எழுதிச் சென்ற பல்லவ மாமன்னன் இராஜசிம்மன், தன்னை சிற்பத்துள் நுட்பமாயும், நுட்பத்துள் சிற்பமாயும் காஞ்சி கைலாசநாதர் கோயிலில் இரட்டைச் சிற்பத்தில் செதுக்கிச் சென்றிருக்கிறான் என்பதைப் பதின்மூன்று நூறாண்டுகளுக்குப் பின்னர் காலம் இன்றுதான் கண்டு சொல்ல வைத்ததை விளக்கும் நூல்தான் 'சிற்பம் ஒன்று, வடிவம் இரண்டு' - கண்டேன் இராஜசிம்ம பல்லவனை!.

சிற்பியர் உள்ளத்துள் உணர்வாக, சிற்பத்துள் காவிய மொழியாக, நம்மை இயக்கும் காலத்தின் கோலமாக, இப்புத்தகம் பேசும் இரட்டைச் சிற்பத்தில் முதல் மூல வடிவாய் ஒளிரும் ஆயிரம் பெயருடையாள் 'இயக்கச்சிக்கு' எனது முதல் வணக்கம்.

'சிற்பிகள்தான் எந்த ஒரு சிற்பத்தின் உயிரோடும் உருவோடும் நிறைந்திருப்பவர்கள். ஏனெனில் உயிர் கொடுக்கும் சிற்பிகள்தானே சிற்பத்தை உள்ளத்தில் சுமந்து பெற்றெடுக்கும் தாயானவர்கள்' என்ற சிற்பியின் வாழ்வியல் கோட்பாடே, சிற்பியான என்னைப் பல நாட்கள் உறங்க விடாமல் இந்நூலில் மணிகள் சேர்த்து இரட்டைச் சிற்பத்துக்கு மாலை கோர்த்தது.

ஒரு சிற்பத்துள் இருவேறு வடிவங்களாக, அவற்றுள் ஒரு வடிவம் கல்வெட்டு சொல்லும் காஞ்சியின் மகாமணியாக தன்னை காட்சிப்படுத்தி நம்மை மெய்சிலிர்க்க வைத்த பெருமை மானுடசிங்கம் இராஜசிம்மனையேச் சாரும். எழில்மிகு காஞ்சி கைலாசநாதர் கோயில் என்ற மகா காவியத்தின் வாசலில், யாருக்காகவோ வீற்றிருந்து காத்திருக்கும் சக்கரவர்த்தி, மகானுபாவன் இராஜசிம்மனை 2 ஆண்டுகளுக்கு முன்னர் என் கண்கள் கண்டது இறையின் அருளேயன்றி வேறெதுவுமில்லை.

இராஜசிம்மனின் எல்லையற்ற கலைக் காதலில் திளைத்த அதியற்புத சிற்பக்கலை தழைத்தோங்கி விட்டது. கலாசமுத்திரன் என்ற அதியற்புத இராஜசிம்மனும் வரலாற்றில் நிலைத்து விட்டான். ஆம், கலையை விரும்பியவரை காலம் நிலைக்க வைக்கும் போல.

நேற்றுவரை இராஜசிம்மனின் இருநூற்றுக்கும் மேலான விருதுப் பெயர்களின் பொருளை ஒன்று விடாமல் ஆய்ந்து கொண்டிருப்பதிலும், அவனது தனிப்பெரும் கட்டடக் கலை நுட்பங்கள், அரிய வகைச் சிருங்காரச் சிற்பங்கள் நிறைந்த காஞ்சி ஆலய அமைப்பை உற்று நோக்குவதிலும் சுழன்று கொண்டிருந்தேன். இராஜசிம்மன் ஒரு மாறுபட்ட, தனித்துவமான மாமன்னன் என்று பல நாட்களாகவே அவனை என்னோடு இறுக அணைத்துக் கொண்டிருந்தேன். ஆனால் இராஜசிம்மனை சிற்பத்தில் பார்த்த பின்புதான் என் ஆழ்மனதில் இன்னும், இன்னும் அதிர்வுகள் அதிகமானது.

மறைந்த காலத்தில் வாழ்ந்த மிகச் சிறந்த மாமன்னன், கலை மீது கொண்ட ஒப்பற்ற காதலால் நிகழ் காலத்திலும் மறையாக வாழமுடியும் என்பதை இராஜசிம்மனின் இரட்டைச் சிற்பம் உணர்த்திவிட்டதை விளக்குகிறது இந்நூல். இப்படியும் ஒரு மன்னனால் சிற்பத்தில் மறைந்திருந்து வாழ்ந்து காட்ட இயலுமா! தன்னிகரற்ற வல்லமை கொண்ட நாயகன் தன்னை தனிப்பெரும் சிற்பமாகச் செய்யாமல் ஒரு சிற்பத்தில் தன்னைக் கண்டதும் காணக் கிடைக்காமல் பொத்தி வைத்ததின் பொருளென்ன? அவனுக்குச் சிற்பம் மற்றும் சிருங்கார மகாகாவிய இலக்கணங்கள் மீது இத்தனை காதலா! என்று அறியத் தொடங்கிய பின்னர், எனக்கு இராஜசிம்மன் மீதான நேசம் இன்னும் அதிகமானது.

மரபுச் சிற்பம்தான் அகத்தின் உணர்வை புறத்தே காட்டும் தெளிவானதொரு தனித்துவம் கொண்டது. காஞ்சி மாநகரை வென்ற வீரர்களை காஞ்சியின் கலைக் காவியத்திடம் தோற்க வைத்தது கல்வெட்டு சொல்லும் மறக்கவே கூடாத சிற்பக் கலையின் வசீகர வரலாறு. இத்தகைய மாபெரும் சிற்பக் காவியத்தைப் படைத்த அரசவை சிற்பிக்கு எத்தகைய கற்பனைத் திறன் இருந்திருக்க வேண்டும் என்பதை எண்ணியெண்ணி வியந்ததில் விளைந்ததுதான் இப்புத்தகம்.

ஒருவரின் இயல்பான உருவத் தோற்றத்தை அப்படியே தத்ரூபமாகச் சிலையில் காட்டுவது நமது மண்ணின் மரபு அல்ல. மாறாக அவரின்

அகத்தின் பேராற்றலையும், அறிவையும் சிற்பி ஒருவன் மனதில் கருக் கொண்டு சிற்பமாக உருவாக்க அபிநயக் கோலங்கள், முக பாவனைகள், ஆயுதங்கள், உடை, சிகை... இவற்றை மரபுச் சிற்ப இலக்கணத்தோடு சிற்பமாய் நிலைபெறச் செய்தலே கற்பனை வளம் மிகுந்த மரபுச் சிற்பமாகும்.

மாமன்னர்களான சிம்மவிஷ்ணு, மகேந்திரப் பல்லவன் சிலைகளைப் பல்லவர்கள் இப்படித்தான் மரபுச் சிற்பங்களாக மாமல்லபுரத்தில் செய்து காட்டியுள்ளனர். இதனை அடுத்ததாக இராஜசிம்மனின் திருவுருவச் சிற்பம் காஞ்சியில் அபாரமான கற்பனைத் திறனோடு அவனின் அறிவுத்திறனையும் செயல் திறனையும் சேர்த்து ஓட்டு மொத்தமாய் கவித்துவமாகக் காட்டிய சிற்பி, ஒரு சிற்ப காவியத்தையே இயற்றியிருக்கிறார்.

லலிதா விலாசன், கவிப்ரபோதன், சித்ர கார்முகன், ஆகமனுசாரி, தத்துவ பக்தன், சாஸ்திர திருஷ்டி, ஞானாங்குசன் என்றெல்லாம் போற்றப்பட்ட இராஜசிம்மனை சிற்பமாக வடிக்க வேண்டுமென்றால், இராஜசிம்மனின் சிந்தனையையும், வாழ்வியலையும், அரசாட்சியையும் தெளிவாக மனதில் கருத்தரித்திருந்தால் மட்டுமே மன்னவனைச் சிலையில் நிறைவாக உருத்தரித்து நிலைநிறுத்த முடியும். அப்போதுதான் அந்தச் சிலையில் மாமன்னன் உயிர்ப்புடன் நெடுங்காலம் வாழ்வார்.

இராஜசிம்மனை சிற்பத்தில் பார்த்த நாள் முதல் அவனது கோலத்தை ஒரு புத்தகமாக்க விரும்பினேன். திரிலோகநாதன் இராஜசிம்மன் கல்வெட்டு சொல்லும் மிகப்பெரிய கவிவேந்தன் (கவிப்ரபோதன்). காவிய இலக்கணம் அறிந்தவன். தனது அவையில் தண்டி என்ற மாபெரும் கவிஞனை அமர்த்தி அழகு பார்த்தவன். இராஜசிம்மன் காலக்காவியம் தண்டியின் அவந்தி சுந்தரியில் விளக்கும் படைப்புக் கடவுளின் அருள்பெற்ற இயந்திர மனிதர்களையே படைத்திட்ட மய சிற்பிகள் வாழ்ந்த பொற்காலம் இராஜசிம்மனின் காலம். சைவ சித்தாந்தியாக வாழ்ந்த இராஜ சிம்மன் காஞ்சி கோயிலில் அனைவரும் அறிய வேண்டிய பிரம்ம பிரதக்ஷணம் என்ற (தவழ்ந்து சென்று கருவறையின் கீழடியில் வலம் வருவது) அமைப்பை ஏன் ஏற்படுத்தினார் என்பதையும், தென்முகக் கடவுளின் தூக்கிப் படிந்த பொற்பாதத்தை ஏன் தனித்துவமாகச் செதுக்கிக் காட்டினார் என்பதையும் எண்ணியதின் விளைவுதான் இப்புத்தகம் எழுத

இராஜசிம்மனை இந்தப் பிரபஞ்சம் எனக்குக் காட்டியதோ என்று எண்ணுகிறேன். இதுவே என்றோ வாழ்ந்த எல்லையற்ற கலைக்காதலன் மீது இன்று இந்த எளிய சிற்பிக்கு மாசற்ற பக்தி கொள்ளவும் வைத்தது.

எத்தனையோ ஆலயங்கள் தோன்றி இருக்கின்றன... எத்தனையோ மாமன்னர்கள் வாழ்ந்திருக்கிறார்கள்... நானறிந்த வரையில் இராஜசிம்மனின் மாமல்லபுரம் கடற்கரைக் கோயில், பனைமலைக் கோயில், காஞ்சி கைலாசநாதர் கோயில் இவற்றின் நேர்த்தியும், வசீகர அழகும் வேறெந்த கோயிலிலும் காண இயலாத தனித்துவம் கொண்டவை. கடலளவு பெருமை கொண்ட மாமன்னன் இராஜசிம்மன் கையளவே கற்ற எனக்கு முதலில் தன்னைக் காட்டியதைவிட வேறு என்ன வேண்டும்? முதன் முதலில் பூசலார் தன் இதயக் கோயிலில் சிவன் காட்சிக் கொடுத்தார் எனில் இந்த சின்னஞ்சிறு சிற்பிக்கும் இராஜசிம்மன் முதலில் காட்சிக் கொடுத்து அவனை எழுதிச் சொல்ல எழுத்தாணியும் கொடுத்தார் என அடக்கத்துடன் சொல்வதில் பெருமை கொள்கிறேன்.

இராஜசிம்மனை முழுவதுமாக சிற்பத்தில் காண வேண்டி கி.பி எட்டாம் நூற்றாண்டிலும், அதற்கு முன்னரும் எழுதிய நூல்களைத் தேடியதில் திருமந்திரம், பிரம்மாண்ட புராணம், மகாகவி தண்டியின் காவ்யதர்ஷா, தசகுமார சரித்ரா மற்றும் மொழி இலக்கண நூல்கள் கிடைத்ததில் படித்துப் பருகி மனமுருகினேன். இந்நூல்களை எல்லாம் அந்நாளில் இராஜசிம்மன் நன்கு அறிந்திருப்பார். கண்டிப்பாக இவைகள்தான் இராஜசிம்மனை காவிய நாயகனாக ஆக்கியிருக்க வேண்டும். இவற்றை ஏன் சொல்ல வேண்டுமெனில், இயல்பில் சிற்பியான எனக்கு மன்னனின் அறிவையும், அவனின் திறன்களையும், எட்டாம் நூற்றாண்டு சென்று இராஜசிம்மனோடு வாழ்ந்தால்தானே, சக்கரவர்த்தி சிற்பத்தில் பேசுவதைச் சொல்லி, உங்களையும் அனுபவிக்கச் செய்ய முடியும்! சிற்பத்தின் சிருங்கார ரசனையும் இராஜசிம்மனே! முதலில் தனது சிற்பத்தை ரசித்த ரசிகனும் இராஜசிம்மனே! தன்னை மறை சிற்பத்தில் கண்டு எப்படி அகமகிழ்ந்திருப்பான் என்பதைச் சிங்கத்தின் மீதமர்ந்த இராஜசிம்மன் வடிவை சிற்பத்தில் காணும் நீங்களும் நிச்சயம் அகம் மகிழ்வீர்கள்.

காஞ்சி கைலாசநாதர் கோயில் அமைப்பையும் அதன் கம்பீரத்தையும் பார்த்து வியந்த இராஜராஜசோழன் 'காஞ்சிபுரத்துப் பெரிய திருக்கற்றளி'

என்று வர்ணித்து அங்கே கல்வெட்டில் எழுதி வைத்தான் எனில் இக்கோயில் இராஜராஜனை வியக்க வைத்திருக்கிறது என்றுதான் பொருள். இக்கோயிலின் வனப்பும், கம்பீரமும் இக்கோயிலை முற்றுகையிட வந்த விக்கிரமாதித்திய சாளுக்கியன் மனதையும் மாற்றியிருக்கிறது என்பதற்கும் அவன் அங்கே எழுதிச் சென்ற கல்வெட்டே சான்று. இப்படியாக எத்தனை எத்தனை மாந்தர்கள் இங்கே வந்து சென்றிருக்கிறார்கள். இத்தனை மாந்தர்களையும் யாரும் எளிதில் தன்னைக் காணாதவாறு ஒரு சொல், இரு பொருள் போல ஒரு சிறப்பத்தில் இன்னொரு சிற்பமாய் உறைந்திருந்து வந்தாரை நோக்கும் மாமன்னனாக வாசலில் வீற்றிருக்கிறான் இராஜசிம்மன் என்றால் இச்சிறப்பத்தின் நுட்பம் என்ன என்பதை விளக்கவே இப்புத்தகம் எழுதப்படுகிறது.

இராஜசிம்மனின் உருவம் எவ்வாறு செதுக்கப் பட்டிருக்கும் என்பதை இன்னும் ஆழமாக எண்ணும் போது இசை மற்றும் கலைகளில் வல்லவனான மாமன்னன் மனதில் கருக்கொண்ட வடிவை உருக்கொள்ளக் கற்பனை ஆற்றல் நிறைந்த முதன்மைச் சிற்பியோடும், நாட்டியம் அறிந்த அரசி இரங்கபதாகையோடும் காவியங்கள் பல படைத்த அரசவைக் கவிஞர் தண்டியோடும் கொண்ட நீண்ட ஆலோசனைக்குப் பின்னர்தான் இந்த இரட்டைச்சிலை செதுக்கும்பணி துவக்கப்பட்டிருக்க வேண்டும். இராஜசிம்மனின் சிற்ப வடிவின் உடல் அபிநயம் மற்றும் பாவனைகளை உற்று நோக்கும்போது இராஜசிம்மனின் வீரம், விவேகம் மற்றும் அத்தனை சிறப்புக் குணங்களும் சிலையில் உறைந்திருப்பதை அறிவுறுத்துகிறது. மொத்தச் சிறப்பத்தில் மாபெரும் இலக்கிய நோக்கும் நுட்பமும், இசையின் ஓசை அசைவும், நாட்டியத்தின் நெளிவும், வளைவும், முத்தாய்ப்பாக ஏன் சிறப்பத்தின் கண்களில் வெளிப்படும் அத்யந்த காமனின் மலர்க் கணைகளின் வசீகர வீச்சும் ஒன்றிணைந்த ஓட்டு மொத்தச் சிறப்பின் உச்சமே இராஜசிம்மனின் சிற்பம் என்பதைச் சிற்ப காவியமாய் இங்கே செதுக்கியிருக்கிறான் காஞ்சியின் சிற்பி.

ஆம் தண்டியின் காவிய நாயகன் சிலையாக, காற்றில் மிதக்கும் சிருங்கார இசையின் உறைந்த வடிவாக நமக்குக் காட்சியளிக்கிறான். இராஜசிம்மனின் சிறப்புத் தன்மைகளை வெளிப்படுத்துவதுதான் அவனது வடிவம். அந்த இராஜசிம்மனின் முகம் பேசும் அவனது செயல்கள் தான் என்ன? இராஜசிம்மன் கலை மீது கொண்ட காதலால்தான் 'அத்யந்த காமன்' என்ற தனது விருதுப் பெயரைத் தாம் கட்டிய பல

கோயில்களில் வரைந்து வைத்துள்ளான். முன்னரே மகேந்திரப் பல்லவன் 'அலூப்த காமன்' என்ற 'என்றும் குறையாத தனது கலைக் காதலை' கல்வெட்டில் எழுதிச் சென்றிருக்கிறான். மகேந்திரன் ஏற்றிய கலைமோக தீபத்தில் மயங்கிய மகாமல்லன் என்ற நரசிம்மனும், பலகாலம் ஆட்சி புரிந்த பரமேஸ்வரனும், வரிசையாக அதே ஒளிமயமான கலை தீபங்களை ஏற்றியதால் 'அத்யந்த காமன்' என்ற சிறப்புப் பெயரைக் கொண்டவர்களாகத் திகழ்ந்தனர்.

கலைக் காதல் பல்லவ வம்சத்துக்கே உரியது என்று சொல்லத்தக்க வகையில் இராஜசிம்மனும் அத்யந்த காமனாய் தன்னை எழுதிச் சென்றிருக்கிறான். எனினும், பரமேஸ்வரன் தனது தவப்புதல்வன் இராஜசிம்மனுக்கு தனது முப்பாட்டன் சித்திரக்காரப் புலி, விசித்திர சித்தன் என்ற மகேந்திரன், பாட்டன் வாதாபி கொண்ட நரசிம்மன் இவர்களின் கோயில் கலை வேட்கைகளால் ஊட்டி ஊட்டி வளர்க்கப்பட்டான் என்பதை காஞ்சிக் கோயிலும், ஆஜானுபாவன் என்று கல்வெட்டு கூறும் இராஜசிம்மன் சிலை பேசுவது போலவே வடிவம் கொண்டுள்ளது.

ஓவிய எழுத்து வடிவை மல்லையின் தர்மராஜரத கல்வெட்டில் துவக்கி வைத்த பரமேஸ்வரன் தன் மைந்தன் இராஜசிம்மனுக்கும் அதன் தன்மையை அறிய வைத்திருக்கிறான் போலும். அதனால்தானோ, இராஜசிம்மன் வளைந்தாடும் எழுத்துக்களால் தனது ஓவியம் போன்ற வாழ்க்கை சரிதத்தையே நூற்றுக் கணக்கில் விருதுப் பெயர்களாக வரைந்து சென்றிருக்கிறான்.

இராஜசிம்மன் ஆட்சியில் நாட்டு மக்களும் ஓவியமாக மகிழ்வுற்று வாழ்ந்திருக்க வேண்டும் என்றும் புரிதல் தகும். எழுத்து, சொல், வாழ்க்கை, போர், ஆட்சி, கோயிற்கலை, இலக்கியம், சித்தாந்தம், தத்துவம்... இப்படியாக மகிழ்வான காலமாக இராஜசிம்மன் காலம் இருந்தால்தானே எழுத்துக்கள் கூட நாட்டிய கோலம் பூண்டிருந்தன என்று சொன்னால் தகும். இத்தனை சிறப்போடு, இரங்கபதாகை என்ற நாட்டிய தாரகையை மணந்த மாமன்னன், இதன் நீட்சியாகவே, மாமன்னன் கட்டிய கைலாசநாதர் கோயிலின் சிற்பப் பணிகளிலும், நாட்டியக் கலைக்கு முக்கியத்துவம் கொடுத்திருப்பதன் பிரதிபலிப்பைக் காண முடிகிறது. இராஜசிம்மன் சிலையமைப்பில் இங்கு சொன்ன அத்தனைக்

குறிப்புகளையும் மனதில் நிறுத்திச் சிலை செதுக்கி இருப்பதை மன்னவனின் சிலையைக் காணும் அனைவராலும் அறியமுடியும்.

மேலும், கலாசமுத்திரன் இராஜசிம்மனின் இரண்டு பெருங்கோயில்கள் கொண்டிருக்கும் வசீகரத் தன்மையைச் சற்று விளக்கினால், 'இராஜசிம்மனுக்கு இப்படியும் கலைமீது வேட்கையா?' என்பதை இன்னும் நாம் அறிந்து வியக்கலாம். மூன்றாம் கோயிலாக காஞ்சி கைலாசநாதர் ஆலயத்தை இப்புத்தகத்தில் தனியொரு தலைப்பாகப் பின்னர் சொல்லப்படுகிறது. இராஜசிம்மனின் சிற்ப வடிவைக் காணும் நாம் அவனது மறுவடிவாக, கோயிற் பொக்கிஷங்களாய்த் திகழும் அவனது செயல் வடிவங்களை அவசியம் காண வேண்டும்.

மாமல்லை கடற்கரை கோயில்களின் வடிவமே வர்ணிக்கவியலாத பேரழகு. தன்னிகரற்ற தென்னிந்தியக் கட்டடக் கலையின் இலக்கணத்தை இவன் முன்னோர்கள் செய்து காட்டினர் என்றால் அக்கலையின் இன்சுவை இலக்கிய வடிவைக் கட்டடக் கவிதையாக கடற்கரையில் வார்த்துக் கட்டியவன் இராஜசிம்மனாவான்.

இராஜசிம்மனுக்கு முன்னரே கடற்கரைப் பாறையில் செதுக்கிய பள்ளிகொண்ட பெருமாளுக்கு முன்னும் பின்னும் சிவனும், சக்தியும் போன்ற மூன்று மற்றும் இருதளம் கொண்ட விமானங்களைக் கருவறைகளோடு கடற்கரை கோயில்களில் படைத்த இராஜசிம்மனின் பிரதானச் சிற்பியை இங்கே போற்றுதல் வேண்டும். ஒவ்வொரு மன்னனின் கலை சிந்தனையைச் செயல்படுத்த ஆகச்சிறந்த கைத்திறன் மிக்க, சாத்திரம் அறிந்த, கற்பனைத் திறன் மிகுந்த மற்றும் அனுபவம் நிறைந்த சிற்பியைத் தவிர யாராலும் இயலாது. எட்டாம் நூற்றாண்டு இராஜசிம்மன் காலத்து அவந்திசுந்தரியில் மகாகவி தண்டி சொன்ன சிற்பியின் 96 விதமான கட்டடங்கள், இயந்திர மனிதர்கள் நம்மை வியக்க வைக்கும் உண்மைகள். உண்மை சிற்பியின் பேராற்றலை இன்றைய புதுயுகம் அறிய வேண்டும். வரலாற்றுக் கோயில்கள் மற்றும் சிற்பங்களின் பெருமைகளை நாம் இன்று பேசிப்பேசி மகிழ்வதற்கு தனது உடலையும், உள்ளத்தையும், வாழ்வையும் அர்ப்பணித்தவர்கள்தான் இந்தச் சிற்பிகள்.

ஒரே நேர்கோட்டில் இல்லாத பாறைகளின்மீது பாறைகளின் பரப்பளவுக்கேற்ப அதன்மீது இரு கற்றளிகளும் சுற்றுப் பாதையும் அழகிய திருமதிலோடு கட்டப்பட்டுள்ளது. கோயிற் கருவறை விமானங்கள் மயில்

போன்று ஒயிலாக நிற்பது எல்லோரும் கண்டு ரசிக்கலாம். இத்தகைய ஒயிலான கோயில் காவியம், நிலாக் காலங்களில் இராஜசிம்மன் இரவில் கண்டு ரசித்த அத்யந்தகாம ஓவியம் போலும்.

இருகோயில்களின் கலசங்களை இரும்பு போன்ற வேறுபட்ட கடினமான கற்களால் செதுக்கி, கடற் காற்றால் இன்னமும் அழிந்து போகாமல் செய்த செயல் இராஜசிம்மனின் கலைக்காதல் கலசம் போல் இன்னும் எத்தனையோ ஆண்டுகள் நிலைக்கும் என்றல்லவா எண்ணிச் செய்திருக்கிறான். கோயிலின் ஏனைய பகுதிகள் காற்றால் அரித்து அழிந்து போயிருந்தாலும் மூலவர் சிலைகள் அழியாதவாறு இறுக்கமான கற்களால் இறையின் மீதான அழியா பக்தியை செய்துகாட்டி வரலாற்றில் இடம் பெற்றிருக்கிறான் இராஜசிம்மன்.

பலநூறு ஆண்டுகளுக்கு முன்னர், கடற்கரைக் கோயிலின் பள்ளிகொண்ட பெருமாள் சிற்பத்தின் கைப்பகுதி, உடைந்தபின் ஒட்ட வைத்தது, இன்னும் இத்தனை காலம் கடற்காற்றில் விலகாமல் இறுகி இருப்பதைக் காணும் போது, தண்டி சொல்லிய அவந்திசுந்தரிச் சிற்பியின் திறன் என்ன என்பதை உணரலாம்.

மேலும் பெருமாளின் இருபுறமும் பாறையைச் சிதைத்துவிடாமல் கோயிலின் சுற்றுபீட வரிக் கற்களோடு கருவறையைப் பிணைத்துச் செய்த சிற்பியின் பேராற்றலை உற்றுக் கவனிக்க வேண்டும். இரு கோயில்களின் வடக்கில் அருகாமையில் சிங்கத்தின் மார்பில் செதுக்கிய சிம்மவாஹினியருகே தலையும் உடலும் பலியிட்டுப் பிரிந்து கிடக்கும் ஓர் ஆட்டின் சிற்பம் காணப்படுகிறது. உண்மையில் ஆடுபலியை தவிர்த்து, ஆடுபலியைச் சிற்பமாக செய்ததால், இன்று வரை உண்மை ஆடுபலி அங்கே தவிர்க்கப்பட்டு ஆடு வதையையே தவிர்த்திருப்பானோ மன்னன் இராஜசிம்மன் என்று எண்ண வைக்கிறது.

கடற்கரைக் கோயிலைப் பார்த்தபின் காஞ்சி இராஜசிம்மன் சிற்பத்தை உற்று நோக்குங்கள், அதில் கடற்கரைக் கோயிலின் வசீகரம் தெரியும். இப்படித்தான் காஞ்சியில் ராஜசிம்மனை பார்ப்பதும், பின்னர் அவனது கலைக் காவியங்களை ஒவ்வொன்றாகப் பார்ப்பதும் பின்னர் காஞ்சியில் இராஜசிம்மனை வந்து வணங்குவதற்காக காஞ்சிக்கும், மல்லைக்கும், பனை மலைக்குமாக பலமுறை பயணப்பட்டிருக்கிறேன். இதனால் இராஜசிம்மனின் மீதான நேசமும் பக்தியும் நாள்தோறும் வளர்ந்துகொண்டே இருக்கிறது.

இராஜசிம்மனின் கடற்கரைக் கோயிலின் ஒயிலான வடிவுக்குச் சிறப்பாகக் கையாண்ட அளவு முறைகளே காரணம் என்பதை அறியலாம். கருவறையின் நீள, அகல அளவு ஒரு சதுரமாகும். அந்த அளவே ஒரு தாளம் என்றும், தண்டம் என்றும் சொல்லலாம். இந்தத் தாள அளவே, அடிப்படை அளவாகக் கொண்டு அதனை நீட்டியும், மடக்கியும், கூட்டியும், குறைத்தும், குவித்தும் கட்டப்பட்டதுதான் கடற்கரைக் கோயில்.

கட்டட உறுப்புகளின் அளவு கருவறையின் தாள விகித அடிப்படையில்தான் கட்டடக்கலையில் பயன்பாட்டிலிருந்து வருகிறது. இப்படித்தான் சிற்பங்களின் முக உயர அளவே யாப்பு என்ற தாள அளவு கொண்டு, அத்தாள அடிப்படையில்தான் ஒட்டு மொத்தச் சிற்பங்களே செதுக்கப்படுகின்றன.

சங்கீதத்திலும் தாளம் உண்டு, நாட்டியத்திலும் தாளம் உண்டு, கவிதையிலும் நீட்டல், குறுக்கல் என்ற தாளம் உண்டு. தாள அளவே, மிக அடிப்படையான அளவு. அதுவே வெற்றிகரமான மேற்சொன்ன ஒவ்வொரு கலைக்கும் உயிர் போன்றதாகும். தாளம் எனப்படுவது ஒரு கணிதக் கூறாகும், தாளம் தான் சிற்பமாகிறது... கட்டடமாகிறது... தாளம்தான் கீதமாகக் காற்றில் மிதக்கிறது... அசைந்து நாட்டியமாகிறது... இசைந்து கவியாகிறது.

அளவில் ஒன்றி நம்மை லயத்தில் இணைக்க வைக்கும் நமது மூன்று கலைகளை முத்தமிழ் என்பதைவிட சிற்பம், கட்டடம் சேர்த்து ஐந்தமிழ் என்றுதான் அழைக்க வேண்டும். எனவே, தாளம்தான் இராஜசிம்மனின் உருவச்சிற்பம் அமையவும், இராஜசிம்மனின் கோயில் படைப்புகளுக்கும் காரணம் என்றால் அது மிகையன்று. காற்றில் மிதக்கும் இசையின் அளவு இலக்கணமும், கட்டடக் கலையின் அளவு இலக்கணமும் ஒன்றென்றால், கண்ணால் சங்கீதத்தைப் பார்க்க முடியும் என்று தானே பொருள்! ஆம்... காதால் கேட்கப்படும் சங்கீதத்தைக் கண்ணால் காண வேண்டுமென்றால், பாருங்கள்... இராஜ சிம்மனின் கடற்கரைக் கோயிலை! அது உறைந்த சங்கீதமாக நமக்குத் தெரியும் (frozen music). கண்ணால் காணும் சிற்பத்தில் இசையைக் காதால் கேட்கவும் முடியும் (audible sculpture) என்றால் வந்து பாருங்கள், காஞ்சிக்கு! அங்கு ஸ்ரீ வாத்ய வித்யாதரனாக காஞ்சி சிற்பத்தில் காட்சி கொடுக்கிறான் இராஜசிம்மன்.

அடுத்து, பனைமலை தாள கிரீஸ்வரர் ஆலயம் வாருங்கள். அதில் இராஜசிம்மனின் காஞ்சி சிலையை மனதில் பதியவைத்துப் பார்ப்போம்.

சர்வதோபத்ரம் என்ற கட்டடக் கலை முறையை மற்றொரு பாணியில் அற்புதமாய் கல்லில் செய்து காட்டி, 'சர்வதோபத்ரன்' என்ற கட்டடக் கலைப் பாணியையே விருதுப் பெயராகப் பெற்றவன் இராஜசிம்மன் என்பதை இங்கு அழுத்தமாய் சொல்ல வேண்டியது அவசியமாகும். ஒவ்வொரு திசைகளிலும் பார்த்தவாறு 'கண்டஹர்ம்யம்' என்ற இணைப்புக் கோயில்களை ஒரே கோயிலில் செய்து காட்டி இத்தகைய சர்வதோபத்ர பாணியைக் கல்லில் நிலைபெறச் செய்தவனே இராஜசிம்மன். கட்டடக்கலை ஆய்வில் இன்னும் பார்க்கப்படாத பக்கங்கள், பார்க்கப்படாத கோணங்கள், அவிழ்க்கப்படாத முடிச்சுகள் எத்தனை எத்தனையோ இருக்கின்றன. வாஸ்து சாத்திரங்களைப் படித்துவிட்டு இத்தகைய ஆலயங்களை உற்றுநோக்கி ஆய்வுகள் செய்யும்போது, ஒவ்வொரு கோயிலும், அவைகள் அசைவுற்றிருக்கும் நம்மின் நாடி நரம்புகளைத் தட்டியெழுப்பி, மன்னர்களின் மிக உயர்ந்த கலை அபிமானத்தையும் கட்டடக் கலைஞர்களின் ஒப்பிலா கற்பனைத் திறனையும் அறிய வைக்கும். அப்போதுதான், எத்தனையோ வாஸ்து சாத்திரங்கள் அழிந்து போனாலும், இன்னும் இக்கட்டடங்கள் வாழும் சாத்திரங்களாகவே வாழ்ந்து கொண்டிருப்பதை உணரவியலும். இதனைத்தானே, உத்திரமேலூர் சுந்தர வரதர் கோயில் பல்லவர் கால கல்வெட்டு, 'வாஸ்து சாத்திரம் அறிந்தவனால்தான் அக்கோயிலின் கட்டடக் கலை நுட்பங்களை உணர்ந்து லயிக்க முடியும்' என்று பேசுகிறது. வாஸ்து என்றால் மூட நம்பிக்கை அல்ல, அது அறிவியல் நுட்பம், கணிதம் நிறைந்தது. அந்தக் கணிதமே ஜியோமிதியாகவும், கட்டட உறுப்புகளாகவும் மாறி மகாகாவியங்களாக நின்று நம்மைத் தன்னோடு இணைக்க வைத்து, லயிக்க வைக்கிறது.

இராஜசிம்மனின் பாட்டன் வாதாபியை வெற்றி கொண்ட நரசிம்மன், மாமல்லை கற்றளிகளை பாறைகளில் செதுக்கினான். இவனுக்கு வாதாபியில் வெற்றி கிட்டியது அன்று. ஆனால் அன்றிலிருந்து இன்று வரையும்... ஏன், இனிவரும் காலங்களிலும் கோடானு கோடி மனங்களை வென்று கொண்டே இருப்பவன்... நம் மனங்களை எல்லாம் சிற்றுளி கொண்டு கொள்ளை கொண்டவன் மகாமல்லன் என்ற நரசிம்ம பல்லவன்.

இக்கோயிலின் வடிவம் மயமத வாஸ்து சாத்திரத்தில் பலவிதங்களில் சொல்லப்பட்ட சர்வதோபத்ரம் என்ற கட்டட பாணியின் ஒரு வடிவமாகும். இப்பாணியையே சாத்திரங்கள் வேறொரு விதமாகச்

சொல்லியவாறு செய்ததுதான் இராஜசிம்மனின் பனைமலைக் கோயிற்
பாணியாகும்.

மானசாரம், மயமதம், கிளாதிகாரம், பாத்மசம்ஹிதை போன்ற
பண்டைய வாஸ்து சாத்திரங்கள் மற்றும் ஆகமங்கள் இத்தகைய
பலவகைப்பட்ட சர்வதோபத்ர கட்டட அமைப்புகளை விரிவாகப்
பேசுகின்றன.

எனது தர்மராஜரதம் நூலில் சர்வதோபத்ரம் குறித்து விரிவாகச்
சொல்லப்பட்டிருக்கிறது. மேலும் தர்மராஜரத நூலில், அடிப்படையில்
சர்வதோபத்ர அமைப்பைக் கொண்ட குடைவரைக் கோயிலை
உருவாக்கியவன் நரசிம்மனே என்றும் கட்டடக் கலை இலக்கண
அடிப்படையில், கிழக்கில் எழுதப்பட்ட நரசிம்மனின் கல்வெட்டுக்களைப்
பாதுகாக்கும் பொருட்டு, பின்னர் வந்த பரமேஸ்வரனால் அருகில் உள்ள
தூண்கள் மையம் பிறழ்ந்து ஆக்கப்பட்டுள்ளன என்பதைக் கண்டறிந்து,
நரசிம்மனே 'அத்யந்த காமன்' என்ற விருதுப் பெயரை முதலில் தர்மராஜரத
பணி முடியும் முன்னரே எழுதினான் என்பதையும் எனது நூலில்
உறுதிப்படுத்தியுள்ளேன்.

பனைமலை தாளகிரீஸ்வரர் ஆலய தரைத்தள முகபத்ர அமைப்பில்
'கண்டஹர்ம்யம்' எனப்படும் இணைப்புக் கோயில்களை
வெளிப்புறங்களிலும் நீட்டிக் காட்டி அதற்கேற்றவாறு மேலே அடுத்த
தளத்தில் சாலை அமைப்பையும் அழகுறக் காட்டிய அமைப்பு,
கற்பணியில் புதியதொரு முயற்சியும், மாபெரும் வெற்றிப்
படைப்புமாகும்.

கலையின் மீது ஆதி அந்தமில்லாத நேசம் கொண்டிருந்தால் மட்டுமே,
இத்தகையதொரு பெரும் முயற்சியைச் செய்யவியலும். இந்த அழகையும்,
பொறியியற் திறனையும், அடுத்த அடுக்கில் தொடர்ந்து காட்டி
அடித்தளத்தின் மேலே நாட்டப்பட்ட 'உள்நாட்டியக் கண்டம்' என்ற
அமைப்பில் எங்குமே காணவியலாதவாறு சாலை, கூடங்கள் இவற்றை
மிகவும் நுட்பத்துடன் இன்னொரு அற்புதத்தைச் செய்து காட்டிய
பெருமை, இக்கோயிலுக்கு மட்டுமே உண்டு. எனவே இக்கோயில்
இராஜசிம்மனின் கலை வேட்கைய வலியுறுத்திச் சொல்லும்
இன்னொரு மாறுபட்ட கலைக் கோயில் என்பதும், இந்த மாறுபட்ட
சிந்தனையே இராஜசிம்மனின் மாறுபட்ட தனித்துவப் பண்பாகும். இந்தப்

பண்புதான் இராஜசிம்மனின் சிற்பம் இயற்றவும் காரணமாகத் திகழ்ந்தது என்று சொல்வது இங்குப் பொருத்தமாகத் தானே தெரிகிறது.

இப்படியாக, இராஜசிம்மனின் கலை வேட்கையை எண்ணி யெண்ணி பரவசமடையலாம். திரிலோகச் சக்ரவர்த்தி இராஜ சிம்மனின் விசித்திரச் சிற்பக்கலை ஆர்வத்தை இன்றுவரை யாருமே வெல்லவே இல்லை. இராஜசிம்மன் என்ற கலைக் காதலனைச் சிலையில் பார்த்தபின் அவனை உருகியுருகி நேசித்து என் உள்ளம் என்ற இந்த நூலில் கோர்த்த மலர்க் கணைகளால் அவன் தோளுக்கு மாலை சேர்க்கிறேன். இந்நூல் எழுத எழுத இந்த 12 மாதங்களும், 12 நிமிடங்களாகவே கடந்திருக்கின்றன!

சிற்பக் கலையைத் தன் உயிர் கொண்டு பல்லாண்டு வாழவைத்து புகழ் பெற்ற எட்டாம் நூற்றாண்டு நாயகன் மீது, இன்றும் என்றும் எவரும் காதல் கொள்ளவைக்கும் தன்னிகரற்றவன் இராஜ சிம்மன் என்பதை இந்நூலைப் படிப்பவர் உணர்வர்.

பத்மபூஷன் விருதைப் பெற்றவரும் எனதருமை தாய்மாமா மற்றும் ஆசானுமான மறைந்த முனைவர். வை. கணபதி ஸ்தபதி அவர்கள் அளித்த பணிகளை நிறைவேற்றிடும் நோக்கில் எழுதப்பட்ட சிற்பக்கலைத் துறைக்கான இப்புத்தகத்தை அன்னாரின் பொற் பாதங்களில் வைக்கிறேன். இந்நூலுக்கு மனமுவந்து அணிந்துரை நல்கிய அனைவரின் அன்புக்குரிய தமிழுறிஞர், தஞ்சைதமிழ்ப் பல்கலைகழகத்தின் மேனாள் துணைவேந்தர், செம்மொழி மத்திய நிறுவனத்தின் மேனாள் துணைத்தலைவர் பேராசிரியர் இ.சுந்தரமூர்த்தி அவர்களுக்கு எனது நெஞ்சு நிறைந்த நன்றியைத் தெரிவித்துக் கொள்கிறேன். இந்நூல் மிகக் கவனமுடன் எழுதப் பட்டுள்ளது. எனினும் படிப்போர், பிழைகள் ஏதேனும் காண்பின் சுட்டிக் காட்டிடக் கேட்டுக் கொள்ளப்படுகிறது. பிழைகள் இருப்பின் அடுத்த பதிப்பில் இன்னும் சரியாகப் பதிவேற்றம் செய்ய இயலும். இந்நூல் வெளிவர மிக்க துணை புரிந்த அச்சகத்தார்க்கு உளமார்ந்த நன்றிகள்.

முனைவர். க. தக்ஷிணாமூர்த்தி ஸ்தபதி

sthapati49@gmail.com

படம் மற்றும் வரைபடம் அட்டவணை

வரைபடம்

1

முன்னுரை

இந்திய வரலாற்றில், குறிப்பாகத் தமிழகத்தில் பல்லாயிரம் ஆண்டுகள் பெருமை வாய்ந்த சிற்பமும், கட்டடமும் பண்பாட்டின் அசைக்க முடியாத ஆணி வேராக இன்றும் திகழ்கிறது என்பது மறுக்கவியலாத உண்மை. தமிழகத்தில், கி.பி. 8 ஆம் நூற்றாண்டில் ஆண்ட, நீண்ட நெடிய புகழ் மிகுந்த பல்லவ மாமன்னன் இரண்டாம் நரசிம்ம பல்லவன் என்ற இராஜசிம்மன் ஆவார்.

ஓர் இரட்டைச் சிற்பத்தில் காஞ்சியின் மகாமணியான கலைச் சக்ரவர்த்தி இராஜசிம்மனைக் கண்டு, ஒரு சிற்பி பாடும் பிள்ளைத் தமிழ்தான் இந்நூல். வரலாற்றில் பல அரசாட்சிகளில் கட்டடக் கலை மற்றும் சிற்பக் கலையில் கலை இலக்கணங்களைப் பிறழாமல் கையாண்ட 'இலக்கணப் பிரதிபலிப்புகள்'தான் பெரும்பாலும் நிகழ்ந்திருக்கின்றன. ஆனால், 'கலாசமுத்திரன்' இராஜசிம்ம பல்லவன் காலத்தில்தான் சிற்பக் கலை அமிர்தத்தில் வார்க்கப்பட்ட கவிதைகளாக, கலைஞன் காட்டும் காவிய மொழியாக, இன்றும் புதிய வார்ப்புகளாக, சிருங்கார ரசத்தை அள்ளி வழங்கும் காமதேனுவாகக் காட்சிப்படுத்தப்பட்டுள்ளது.

சைவ சித்தாந்த நெறியில் வாழ்ந்து, காஞ்சியில் கைலாசத்தைக் கட்டியெழுப்பி, விண்ணை முட்டும் அளவுக்குச் சிற்பக்கலையின் உச்சத்தையும் செய்து காட்டியவன்தான் இந்த இராஜசிம்மன். இவனுக்கு முன்னர் ஆண்ட பல்லவ மன்னர்கள் ஒவ்வொருவரும் சிற்பக் கலைக்கும், சமயத்துக்கும் ஆற்றிய தொண்டு வரலாற்றில் முக்கிய பங்கு வகிக்கிறது. பல்லவ நாட்டை ஆண்ட அரசர்களின் கால அட்டவணை இப்புத்தகத்தில் தனியே கொடுக்கப்பட்டுள்ளது (பார்க்க அட்டவணை).

விசித்திரச்சித்தன் என்ற முதலாம் மகேந்திரன் பல்லவ நாட்டில் முதல் குகைக் கோயிலையும், எண்ணற்ற குகைக் கோயில்களையும் உருவாக்கியவன். இவனது மைந்தனான நரசிம்ம பல்லவன் என்ற

மகாமல்லன், கருவறை விமான அமைப்போடு ஒரே பாறையில் செதுக்கப்பட்ட கற்றளிகளை முதன்முதலில் செதுக்கியவன்.

முதன்முதலாகக் கட்டடக் கலையில் முழுவதும் அடுக்குக் கற்களால் பல்லவ நாட்டில் விமான அமைப்போடு கருவறை அமைப்பைச் செய்து சாதனை புரிந்தவன் இராஜசிம்மனாவான். இராஜசிம்மன் கலைகளின் மீது கொண்ட அளவு கடந்த நாட்டத்தை, அவன் கட்டிய கோயில்களும் அதன் சிற்பங்களும் பறைசாற்றுகின்றன. அவற்றில் காஞ்சி கைலாசநாதர் கோயில், மாமல்லபுரம் கடற்கரைக் கோயில், பனைமலை தாளகிரீஸ்வர கோயில், வரலாற்றில் மிகவும் முக்கியத்துவம் வாய்ந்தவையாகும். (படம்.1,2,3).

ஒருவனது செயலே அவனை யாரென்று அடையாளப்படுத்தும் என்பதற்குச் சான்றாகவே இராஜசிம்மனது வாழ்க்கை இருந்திருக்கிறது. இவனது சிறப்பான ஒவ்வொரு கலைப் படைப்புக்களையும் உற்றுநோக்கி விளக்குகிறது இந்நூல். 'அத்யந்த காமம்' என்ற எல்லையற்ற கலை மீதான காதலை இராஜசிம்மன் தன் உருவச் சிற்பத்திலும் எவ்வாறு மெய்ப்பித்திருக்கிறான் என்பதை ஒரு சிற்பியே விளக்குவதுதான் இப்புத்தகம்.

உடலால் மறைந்துவிட்ட மாமன்னன் இராஜசிம்மனோடு, உணர்வால் நீண்டதொரு இறவாப் பிணைப்பை நம் ஒவ்வொருவருக்கும் ஏற்படுத்தும் நோக்கில் எழுதப்பட்ட இப் புத்தகம், நம்மை மாமன்னனோடு பேச வைக்கும். உடலால் மறைந்த பின்னரும் ஒருவரின் செயல் அவர்மீது காதல் கொள்ள வைக்கும் ஆற்றல், நம் கலைகளுக்கு மட்டுமே உண்டு.

இராஜசிம்மனால் பிரமாண்டமாகக் கட்டப்பட்ட காஞ்சி கைலாசர் கோயில் வளாகத்தின் வாசலில் அமைக்கப்பட்ட ஒரு சிலை இரு வடிவங்களைப் புலப்படுத்துவதே, இப்புத்தகம் பேசும் மையக்கருத்து. அச்சிலையில் ஒரு வடிவம் காஞ்சியின் நாயகன் இராஜசிம்மன் என்பதைத்தான், யாரும் இதுவரைக் காணாததை பகுப்பாய்வு முறையில் கண்டு சொல்கிறது இப்புத்தகம் (வரைபடம்.6). அது மட்டுமின்றி, சிலை தாங்கிய இன்னொரு வடிவம் பிரம்மாண்ட புராணம் விளக்கும் மகாராணி சிம்மாசனேஸ்வரி காஞ்சி காமக் கோட்டத்து லலிதா பரமேஸ்வரி என்பதையும் முதன் முதலாகக் கண்டு சொல்கிறது இப்புத்தகம் (படம்.4).

சங்கர பக்தியிலும், தீராத கலையார்வத்திலும் தன்னைக் காட்டும் இராஜசிம்மனின் காஞ்சிக் கோயில், இராஜசிம்மனின் மறுவடிவம். காஞ்சி கைலாசர் கோயிலில் 'ஒரு சிலை, இரு வடிவங்கள்' என்ற இரட்டைச் சிற்பம் செதுக்கியது, அவ்வளவு எளிதாக நிகழக்கூடிய ஒன்றல்ல. அது ஒரு சிற்ப நுட்பம். ஒரு வரலாற்றுப் புரட்சி. அது பேசுவது உலகையே தனது குடையின் கீழ் ஆளும் பொது மொழி... சிற்ப மொழி!! ஆம், சிற்ப மொழியின் பிரவாகத்தை ஒரு சிற்பி விளக்குவதே இந்நூல்.

ஒரு சொல்லானது, பல பொருள் தரும் மொழி வடிவத்தை நாம் அறிவோம். உதாரணமாக 'அரவம்' என்ற தமிழ்ச் சொல் ஒலியைக் குறிக்கும். அதே 'அரவம்' என்ற சொல் பாம்பையும் குறிக்கும். ஒரு மொழியில் பல பொருள் கொடுக்கும் சொற்களும், பாடல்களும் போல, சிற்ப வரலாற்றில் ஒரு சிற்பம் பல உருவம் கொண்ட சிற்பங்கள் அரிதாகக் காணப்படுகின்றன. இராஜசிம்மன் உருவம் பேசும் சிற்ப மொழியை இலக்கியச் சான்றுகள், மொழியிலக்கணம் வாயிலாக இந்நூலில் இன்னும் விரிவாக விளக்கப்படுகிறது.

உதாரணமாக உமையுடன் கூடிய சிவன் எனும் உமையொரு பாகன், சிவனுடன் விஷ்ணு இணைந்த சங்கர நாராயணன், யானை மற்றும் காளை முகங்களை ஒன்றாகக் காட்டும் ரிஷபகுஞ்சர சிற்பங்களைச் 'சிலேடைச் சிற்பம்' என்று அழைப்பதுண்டு. அவைகள், ஒரு சிற்பம் இரு வடிவம் எனும் கோணத்தில் செதுக்கப்பட்டவை. இவ்வாறாகக் குறிப்பிடுவதை, மொழியின் அணி (அலங்காரம்) என்போம். இலக்கணத்தில் சிலேடை அணியை அறிந்தவரால்தான் இத்தகைய வரலாற்றுச் சிற்பத்தை உருவாக்க முடியும். சிலேடை அணியை அறிந்தோரால், இரட்டைச் சிற்பத்தை புரிந்து கொள்ளவும் முடியும்.

மொழியின் அலங்கார காவியங்கள் எழுதப்பட்ட காலம் இராஜசிம்மனின் காலம். தத்துவங்கள் கூறும் தர்க்கங்களை உறுதிப்படுத்தக் கையாளும் 'பிரமாணங்கள்'(means of knowledge) அறிந்தவனாதலால், இராஜசிம்மன் 'தத்துவ வேதி' என்றும், காவியங்களை மீட்டெடுத்த 'காவ்யப்ரபோதன்', விரும்பியதைச் சாதித்துக்காட்டும் 'இச்சாபுரான்' என்றும் இன்னும் எத்தனையோ இருநூற்றுக்கும் மேலான மெய்க்

கீர்த்திகள் இவனது சிற்பம் செதுக்கக் காரணமாக இருந்திருக்கின்றன என்பதை இன்னும் ஆழமாக இந்நூல் உணர்த்தும்[1].

இந்நூல், விண்ணுலக கைலாசத்தைத் தொடும் அளவுக்கு உயரத்தையும், பேரழகையும் கொண்டதுமான காஞ்சிபுரத்து கைலாசத்தை வர்ணிக்கிறது. சிற்பம் எனப்படுவது அதன் நுட்பத்தில் பிரதிபலிப்பது என்பதை இராஜசிம்மன் எப்படி உணர்த்துகிறான் என்பதை அறிந்து கொள்ளும் வகையில் எளியமுறையில் விவரிக்கப்படுகிறது. இந்நூலில் கட்டடக் கலை பரிணாம வளர்ச்சியை பலகை, போதிகைகள் எனும் காஸ்மெடிக் (ஒப்பனை) உறுப்புகளைத் தாண்டி கட்டடக் கலையின் அறிவியல் பகுப்பாய்வு பாதையில் ஆய்வுகள் மேற்கொண்டால் அது புதுப்புது முடிவுகளை எட்டவல்லதாக அமையும் என்ற புதிய ஆய்வு நோக்கங்களைச் சொல்வதாக எழுதப்பட்டிருக்கிறது.

இப்புத்தகத்தின் மூலமாக, இக்கோயிலில் புரட்சிகரமான தக்ஷிணாமூர்த்தி வடிவம் மற்றும் அடித்தளத்தில் கருவறையைத் தவழ்ந்து சென்று வலம்வரும் கோயிலமைப்பு, கருவறையைச் சுற்றிலும் அமைந்த துணைக் கோயில்கள் போன்ற பல வியக்கவைக்கும் அமைப்புகளைக் கொண்டு உருவாக்கிய சைவ சித்தாந்தியான இராஜசிம்மனின் கலை ஈடுபாட்டை அனைவரும் விரிவாக அறியலாம்.

மொழி இலக்கணத்தில் யாப்பு, அணி இவற்றுக்கு உயிராக விளங்கும் 'பொருள்' எனும் கருத்தை விளக்கும் இராஜசிம்மன் உருவச் சிலை கொண்டிருக்கிறது என்பதை 'கண்டேன் இராஜ சிம்மனை' எனும் அத்தியாயத்தில் விளக்கப்படுகிறது. மேலும், இராஜசிம்மனின் வீரத்தையும், தீரத்தையும், சிவபக்தியையும், கலைக் காதலையும், அவனது நற்பண்புகளையும் இருநூற்றுக்கும் மேற்பட்ட கோணங்களில் இழைத்து இழைத்து மிகவும் பொருத்தமாக சூட்டப்பட்டதுதான் இராஜசிம்மனது விருதுப் பெயர்கள் என்பதை படித்து அறியும் நோக்கில் செதுக்கப்பட்ட இக்கோயிலின் கல்வெட்டுக்கள் அவற்றின் பொருளோடு இப்புத்தகத்தில் கொடுக்கப் பட்டுள்ளன.

நுண்கலைகளான பாடல், இசை, நாட்டியம், சிற்பம், கட்டடம் இவையாவும் சொல்ல வரும் பொருண்மையை உலகோர் அனைவருமே

---

1 *South Indian Inscription, ASI, Vol,I, no.146.*

அறியவல்ல உலகப் பொது மொழியில் உணர்த்தவல்லது என்பதையும் தெளிவாக உணர்த்துகிற இப்புத்தகத்தின் வாயிலாக நமது நாட்டின் மரபுச் சிற்பக்கலை எத்தகைய இலக்கண நெறிமுறைகளை உள்ளடக்கியது, சிற்பம் உருவாக்கும் சிற்பி அதன் கருவாக்கம் முதல் உருவாக்கம் வரை சுமக்கும் ஒரு தாயாக அதில் எவ்வாறு பரிணமிக்கிறான் என்பதையும் அறிய முடிகிறது. மேற்சொன்ன ஒவ்வொரு துறைகளும் படைப்புத் துறைகளே. படைப்பாளர்கள் யாவரும் தாயானவர்களே என்பதையும் இந்நூல் புலப்படுத்தும்.

இந்நூல் எழுதுவதற்கு பிரம்மாண்ட புராணம், திருமந்திரம், சைவ சித்தாந்த நூல்கள், தொல்காப்பியம், தண்டியலங்காரம், காவ்யதர்ஷா, காவ்யாலங்காரம், வாக்கியபடியா, பிரதாபருத்ரியம், தசகுமாரசரித்ரா, அவனிசுந்தரிகதா, ஐந்திறம், பல்லவர் சிற்ப, கட்டடக் கலை வரலாற்று நூல்கள், சிற்பச் செந்நூல், மயமதம், மானசாரம் போன்ற வாஸ்து நூல்கள், பாத்மசம்ஹிதா, மரீசி சம்ஹிதா, கிளாதிகாரம், காரணாகமம், காமிகாகமம் போன்ற ஆகம நூல்கள், இந்திய தத்துவ ஞான நூல்கள், தேவாரம், நாலாயிரத் திவ்யப்பிரபந்தம், சங்கரரின் பிரம்மசூத்திர பாஷ்யம், உபநிடதங்கள், இசை, நாட்டியம், கல்வெட்டு நூல்கள் ஆகியவை பெரிதும் உதவின. மேலும், கலை, வரலாற்று ஆய்வாளர்களின் பல நூல்கள் இந்நூல் எழுதத் துணை புரிந்தன. அவைகள், *Fergusson.J - History of Indian and Eastern Architecture, Percy Brown - Indian Architecture, Acharya.PK - Hindu Architecture in India and abroad, A Dictionary of Hindu Architecture, Manasara on Architecture and sculpture, Coomaraswamy, Ananda.K - The Indian Craftsman, The Dance of Shiva, Dubreuil Jouveau.G - Dravidian Architecture* ஆகும்.

இப்புத்தகம் இயற்பியல், மொழியியல், இசை, நடனம், ஓவியம், சிற்பம், கட்டடம், தொல்லியல், வரலாறு, தத்துவம் சார்ந்த துறை மாணவர்களுக்கும், இவற்றில் ஆய்வுகள் மேற்கொள்வோர்க்கும், கலை அபிமானிகளுக்கும் மிகவும் பயன்படும். மேற்சொன்ன துறைகளில் இன்னும் பல புதிய பரிமாணங்களில் ஆய்வுகள் மேற்கொள்ள இப்புத்தகம் உந்துசக்தியாக இருக்கும் எனக் கருதலாம்.

2

இராஜசிம்மேஸ்வரம்

காஞ்சி கைலாசநாதர் கோயிலின் மொத்த வடிவும் ராஜசிம்மனின் மறுவடிவமோ என்றுதான் தோன்றுகிறது. காரணம், கோயிலின் ஒவ்வொரு அங்குலமும் இராஜசிம்மனைத்தான் நமக்குக் காட்டுகிறது (படம்.5). கல்வெட்டு சொல்லும் 'இராஜ சிம்மேஸ்வரம்' ஓர் உறைந்த கலை கானம். காஞ்சி கைலாசத்தின் நுட்பம் இனி அறிவோம்.

கோயிலுக்கு அப்பால் கிழக்கில் சுமார் 200 அடி இடைவெளியில் சதுர அதிஷ்டானத்தின் மீது சற்றுப் பெரிய அளவில் வைக்கப்பட்டுள்ள நந்தி சிற்பம், சுமார் 10 அடி இடைவெளியில் மூலைகளில் நான்கு நீள்சதுர பின்னமான தூண்களுடன் காட்சியளிக்கிறது. ஒன்றுக்கொன்று பொருந்தாத அதிஷ்டான அமைப்பின் இணைப்புகளும் தூண்களின் பின்புறம் தட்டையாக உள்ள சுவரின் இணைப்புப் பகுதிபோல காணப்படும் நிலையைக் காணும்போது, இன்னும் பல வரலாற்று உண்மைகளை அறிய இவ்விடத்தில் இன்னும் பல புதிய ஆய்வுகள் மேற்கொள்ள வேண்டும் என்று தெரிகிறது (படம்.6).

நந்தியின் அருகே சற்று வடக்கில் நின்று கோயிலைக் காணும்போது, இராஜராஜன் அடைந்த வியப்பை நாமும் அடைய முடிகிறது. ஆம் 'காஞ்சிபுரத்து பெரிய திருக்கற்றளி' என்ற இராஜராஜனின் கல்வெட்டு, மீண்டும் நம் நெஞ்சினில் இராஜராஜனே எழுதுவதாக உணரமுடிகிறது.

விண்ணை முட்டும் அகண்ட பிரமிடுவின் வளர்ச்சியைக் கட்டடக் கலை பல்லாயிரம் ஆண்டுகளுக்கு முன்னர் பெரிய பிரமாண்டமான கட்டடங்களில் கண்டதின் பரிமாணம்தான், இன்று அதன் மறு உருவாக கோயில்களில் காணப்படுகிறது என்ற கருத்துருவை நோக்கி நாம் செல்வது, புது யுகத்தின் ஆய்வாக இருக்க வேண்டும் என்று ஆழ்மனது உணர்கிறது. அதுபோல தென்னக மயனுக்கும் மெக்சிகோ மாயனுக்கும் தொடர்பு உண்டு என்ற கருத்துருவையும் சிந்திக்க வேண்டும்.

நிகழ்காலத்தில், மாயன் பிரமிடுகளையும், காஞ்சி கைலாசநாதர் ஆலயத்தையும், பல கோயில்களையும் 'ஒப்பீடு ஆய்வு' நிகழ்த்திட வேண்டும். மெக்சிகோ மாயன் பிரமிடுகளில் ஒவ்வொரு படி அடுக்கிலும் கர்ணகூடங்களையும், சாலைகளையும் பொருத்தினால் அது காஞ்சி கைலாசநாதர் விமானத்தைக் காட்டும் (படம்.7). அதேபோல, இவ்வாலய கருவறை விமானத்தின் கர்ணகூடங்கள், சாலைகள் இவற்றை நீக்கிவிட்டுப் பார்த்தால், இதில் மெக்சிகோவின் மாயன் அடுக்குப் பிரமிடு தெரிகிறது (படம்.8).

இவ்வாறாக, இவ்விமானத்தின் ஒவ்வொரு அமைப்பையும் அதன் உள்ளீடுகளையும் ஆய்வுக்கு உட்படுத்தி, கட்டடக் கலையின் அறிவியல் பகுப்பாய்வு ஆழமாக இதுவரை அதிகம் மேற்கொள்ளப்படவே இல்லை. ஆம், 'என்னுரையில்' சொன்னதுபோல புது யுகத்தில் இன்றைய இளைஞர்கள் மேலோட்டமான (peripheral research) பழைய ஆய்வுப் பாதையை மாற்றி பகுப்பாய்வின் பல வேறுபட்ட கோணங்களில் ஆய்வுகளை மேற்கொள்ள வேண்டும். அதற்கு கட்டடக் கலை நூல்களை, நன்கு கற்றுத் தெளிந்திருக்க வேண்டும். இதைத்தான், 'உத்திரமேரூர் கல்வெட்டு உரக்கப் பேசுகிறது!' என மீண்டும் சொல்கிறேன். 'பல்வேறு அளவுக் கூறுகளோடும், அழகோடும் அமைக்கப்பட்ட அக்கோயில் கலைநுட்பங்களை, ஒருவர் சரியாக அறிந்து கொள்ள வேண்டுமானால், அது வாஸ்து சாத்திரம் அறிந்தவரால்தான் முடியும்' என்று அக்கல்வெட்டு உணர்த்துகிறது. இந்தளவுக்கு ஆய்வாளர்களுக்கு கட்டடக் கலையின் நுட்பத்தையும், உயர்வையும் பேசும் கல்வெட்டை வேறு எங்கும் காண முடியாது[2].

முற்றிலும் மணற் கற்களால் கட்டப்பட்ட கோயிலின் வெளிப்புற அளவு சுமார் 153 அடி நீளம், 83 அடி அகலம் கொண்டு முன்புறம் நீட்டிக் கட்டப்பட்ட சுற்றுச் சுவர் சுமார் 45 அடி நீளம் மற்றும் 30 அடி அகலத்துடன் அமைக்கப் பட்டுள்ளது. முன்புறம் 7 சிறு கோயில்கள், சுமார் 6 அடி சதுர அளவில் உள்ளன. தென் கிழக்கில் சுமார் 7-6 அடி சதுர அளவில் தனிக்கோயிலும் உள்ளது. சுற்றுச்சுவர் மீது 58 விமான அமைப்புகளும் அதன் கீழே உள்புறம் சிறிய கோயிலமைப்புகளோடு கட்டப்பட்டுள்ளது. மேலும் நீண்ட சதுர கோபுர அமைப்பு நான்கு திசைகளிலும் உள்ளது.

---

2 *South Indian Inscription, ASI, Vol,VI, no.333.*

முன்புறம் நுழைவாயில் உள்ளது. பழைய வாசல் மேற்கில் சுவர் வைத்து அடைக்கப்பட்டுள்ளது. 17-9க்கு 11-6 அடி அளவுகளில் மகேந்திரேஸ்வரம் எனும் நீண்ட சதுர கோயில் முன்புறம் நீட்டிக் கட்டப்பட்ட சுற்றுச் சுவர்களுக்கு நடுவில் இடையே உள்ளது.

இப்போது கோயில் வாசலின் முன்பக்க வடபுறம், வரிசையாக ஒரே அளவில் அமைக்கப்பட்ட ஆறு சிறு கோயில்கள் இரு தளங்களோடு காணப்படுகின்றன. பிரதான வாசலில் இருந்து வடக்கே மூன்றாம் கோயில், இராஜசிம்மனின் பட்டத்தரசி இரங்கபதாகை கட்டியதாகக் கல்வெட்டு கூறுகிறது. திருமதிலைச் சுற்றிலும் அமைக்கப்பட்ட விமான அமைப்பின் அழகும், அளவும் அதே அளவிலும் அழகிலும் ஒருமித்தே காணப்படும் இக்கோயில்கள் குறித்து இங்கு அறிய வேண்டியது அவசியம்.

இக்காலத்தில் எத்தனையோ புதிய கோயில்கள் கட்டப் படுகின்றன. அவைகளில் பெரும்பாலும் மாறுபாடுகளைக் காண முடிவதில்லை. இச்சிறிய கோயிலின் வடிவம் போல எத்தனையோ நுட்பமான வடிவங்கள், பல்லவர்களின் கோயிலமைப்புகளில் கிடைக்கின்றன. இதனையெல்லாம் புதிய கோயில் கட்டடங்களில் காட்டினால், பல்லவர் அமைப்புகளை இன்னும் பல நூற்றாண்டுகள் வாழச் செய்ய முடியும். இவற்றைக் காணும்போது, பல்லவர் கலை, ஒரு இலக்கிய அந்தஸ்தையும் லய உணர்வையும் கொண்ட கட்டடக்கலையாக, நெஞ்சையள்ளும் காந்த சக்தி கொண்டதாகக் காட்சியளிக்கின்றது. (படம்.9).

கோயிலின் முன்புறம் உள்ள சிறிய கோயில்களின் பல சிற்பங்கள், மூலக்கருவறையின் புறச்சுவர்களிலும் மற்றும் சில இடங்களிலும் பெரிய அளவில் செய்து காட்டப்பட்டிருக்கின்றன. இச்சிறிய கோயிலின் சுவர்ச் சிற்பங்களை உற்று நோக்க வேண்டியது அவசியமாகும். குறிப்பாகப் பிரதானக் கருவறையின் தென்புற குரு தக்ஷிணாமூர்த்தி சிற்பத்தின் வலதுகரம் உடைந்திருப்பதால் அதன் அமைப்பு விவரம் அறிய வேண்டுமாயின், முன்புறம் வாசலில் கிழக்கில் உள்ள சிறிய கோயிலின் குரு தக்ஷிணாமூர்த்தி சுவர் சிற்பத்தின் கை அமைப்பைப் பார்த்துத் தெரிந்து கொள்ளலாம். அதேபோல லிங்கோத்பவர் சிற்பங்களை, முன்புற மூன்றாம் கோயிலின் வடக்கிலும், ஐந்தாம் கோயிலின் தெற்கிலும், ஆறாம் கோயிலின் மேற்கிலும் காண முடிகிறது.

பெரும்பாலும் கோயில்களில் லிங்கோத்பவர் சிற்பங்களை மேற்கில் தான் பார்க்க முடியும். சிற்ப சாத்திரங்கள் மேற்கில்தான் லிங்கோத்பவரை அமைக்கச் சொல்கிறது. எனவே, இக்கோயிலில் இன்னும் எத்தனையோ பல பகுப்பாய்வுகள் நிகழ்த்த வேண்டியுள்ளது என்பதை உணரமுடிகிறது.

இங்கே இன்னொரு முக்கிய விபரமும் அறியப்படுகிறது. இராஜசிம்மனின் மகனான மூன்றாம் மகேந்திரன் எழுப்பிய மகேந்திரேஸ்வரம் என்ற நீண்டசதுர கோயிலின், 'ப' வடிவ கிழக்கு முன்பக்க சுற்றுச் சுவரமைப்பின் கிழக்குப் பகுதியின் இரு மூலைகளில் காணப்படும் சிறு கோயிலமைப்பு பற்றியும், இங்கு தெரிவிக்க வேண்டியது அவசியம். இக்கோயில்கள் இரண்டும் ஏற்கெனவே கட்டப்பட்டு பின்னர் பக்கச் சுவர்கள் எழுப்பப்பட்டதாகவேத் தெரிகிறது. காரணம், சிறுகோயில்களின் நடுச்சுவற்றில் உள்ள சிற்பங்களின் பகுதி மறைந்திருந்து தெரிகிறது. அப்படியெனில் மூன்றாம் மகேந்திரன் அமைத்த நீள்சதுரக் கோயில் துவங்கும் முன்னர், அதன் முன்புறக் கட்டட அமைப்பில் சிறிது மாற்றங்கள் ஏற்பட்டிருக்கிறது.

மேற்சொன்ன, வரிசையாக வடக்கில் ஆறு கோயில்களும், தெற்கில் ஒரு கோயிலும், என்ன காரணத்துக்காக அமைக்கப்பட்டன என்பதை அறிய முயலவேண்டும். இங்குள்ள மகேந்திரனின் கோயில் கட்டுவதற்கு முன்னர் அங்கே அவனது கோயில் இல்லாதபோது, கோயிலின் முன்பக்கச் சுற்றுச் சுவர்களின் அமைப்புகள் சற்று வேறுபட்டு இருந்திருக்கலாம் (வரைபடம்.1). அப்போது முன்புற சுற்றுச் சுவர்களின் மேல் பகுதி சிகர அமைப்புகளோடு இருந்திருக்கலாம். மகேந்திரனின் கோயில் கட்டுவதற்காக பழைய முன் சுவரோடு இணைந்த சிறு கோயில்கள் அப்புறப்படுத்தப்பட்டு, அவை இடம் மாற்றி வரிசையாக வைக்கப்பட்டிருக்கும் என்றே எண்ணத் தோன்றுகிறது. வடகிழக்கில் உள்ள சற்று பெரிய கோயிலைக் கவனித்தால், கற்கள் முழுமையாகச் செதுக்கி முடிவுறா நிலையில் இருந்த கற்களைக் கொண்டு அவசர அவசரமாக, அக்கோயில் கட்டப்பட்டுள்ளது என அறியலாம்.

இப்போது மகேந்திரனின் கோயிலுக்கு கிழக்கில், முன்பக்கச் சுற்றுச்சுவரில் அமைந்துள்ள சிற்பங்களில் குறிப்பாக சிம்மவாஹினி, அகத்தியர் வடகிழக்கில் அமைக்கப்பட்டிருப்பது பிரம்மாண்ட புராணத்தை நினைவுபடுத்துகிறது. லலிதா பரமேஸ்வரியான காமேஸ்வரி குறித்து

அகத்தியரும், ஹயக்கிரீவரும் பிரம்மாண்ட புராணத்தில் பேசும் உரையாடல், இங்கு நினைவுகூறத் தக்கது. கிழக்கு நோக்கிய கோயிலின் இரண்டாம் நுழைவாயில்கள், மகேந்திரேஸ்வரம் கோயிலை ஒட்டியுள்ளவாறு தெற்கிலும், வடக்கிலும் உள்ளது.

இப்போது இப்புத்தகம் எழுதக் காரணமாயிருக்கும் இடத்துக்கு வந்திருக்கிறோம் (வரைபடம்.1). தென்வாயிலில் பதினாறு கரங்களோடு பிரமாண்டமாகக் காஞ்சியின் மகாராணி லலிதா பரமேஸ்வரி சிம்மவாகனத்தில் அமர்ந்திருக்கிறாள். கண்களை அகல விரித்து, இச்சிலையை சற்று ஆழமாக உற்று நோக்குங்கள். அதனை மேலும் விவரமாக இனிவரும் அத்தியாயத்தில் விளக்கமாகப் பார்க்கலாம்.

லலிதா விலாசன் இராஜசிம்மன் புவியில் உருவாக்கிய அற்புத உலகமே கைலாசநாதர் கோயில். இராஜசிம்மன் மனதில் எண்ணியதை மெய்ப்பித்துக் கட்டிய பூலோக கைலாசத்தின் உள்ளே நுழைந்ததும் அது ஒரு அற்புத காட்சி! திரும்பிய பக்கமெல்லாம் மன்னன் இராஜசிம்மனே நம்மை வரவேற்று நிற்பதாக ஆழ்மனம் காண்கிறது. இராஜசிம்மன் பார்த்துப் பார்த்து செதுக்கிய பொக்கிஷம்தான் கைலாசநாதர் கோயில் (படம்.5).

அத்யந்தகாமன் இராஜசிம்மனின் கலைக்கோட்டையைக் காலா காலமாகக் காத்து நிற்கும் யானைப்படை போல, கோயிலின் சுற்றுச்சுவர்களின் மீது வரிசையாய் 58 விமான சிகரங்கள் அணிவகுத்து நிற்கின்றன. சுற்றுச் சுவர்களில் வரிசையாக அமைக்கப்பட்ட சிறிய கோயிலமைப்புகள் கொண்டிருக்கும் சிற்பங்கள் இராஜசிம்மன் தன் இறையுணர்வை விளக்குவதற்காகவே அமைக்கப்பட்டவையோ என எண்ணத் தோன்றுகிறது.

திருச்சுற்று முழுவதும் சிறிய கோயிலமைப்புகளில் மற்றும் சுவர்களில் ஐம்பதுக்கும் மேற்பட்ட சிற்பங்கள் செதுக்கப் பட்டுள்ளன. திரிபுராந்தகர், கஜேந்திரமோக்ஷம், ஹிரண்யவத மூர்த்தி, பிரம்மசிரஸ்சேத மூர்த்தி, கிராதார்ஜுனா, ஜலந்தர வதமூர்த்தி, தக்ஷன் யாகசேதமூர்த்தி, சிம்மவாஹினி, திரிபுர சம்ஹார மூர்த்தி, காலசம்ஹார மூர்த்தி, கஜசம்ஹார மூர்த்தி போன்ற தாமச குணங்களைச் சித்தரிக்கும் மூர்த்திகள் பரம்பொருளின் அழித்தல் எனும் சித்தாந்தத்தை நமக்குச் சொல்வதாகக் கொள்வதைவிட, இராஜசிம்மன் தனது எத்தனையோ விருதுப்

பெயர்களுக்கு ஏற்றாற்போல் எதிரிகளை அழிப்பவன் என்பதை நிலைநாட்டுவதாக இச்சிற்பங்கள் தெரிகின்றன.

எதிரிகளிடமிருந்து விஷ்ணு போல இராஜசிம்மன் முனிவர்களைக் காப்பதாகக் கூறும் கல்வெட்டும், யானைப் படையில் ஒரு இராஜசிங்கமாக இருந்து வெற்றி பெற்றவன் என்று கூறும் கல்வெட்டும் நம்மை மேற்சொன்னவாறு எண்ணவைக்கும் மகத்தான எடுத்துக்காட்டுகளாகும்[3]. பல இடங்களில் செதுக்கப் பட்ட சிற்பங்கள் உமையுடனும், கந்தனுடனும் சுகாசனத்தில் அமர்ந்திருக்கும் சிவனின் கோலம் இராஜசிம்மன் தனது கல்வெட்டுகளில் வர்ணிப்பதுபோல கைலாயத்தையே மிஞ்சிவிடும் அளவிற்கு அழகுடன் கட்டப்பட்டது இராஜ சிம்மேஸ்வரம் ஆகும். பூலோகக் கைலாயத்தில் மேகங்களை முத்தமிடும் இக்கோயிலில் நீண்டநாட்கள் சங்கரன் சுகமாக இருப்பதாகவே நமக்குக் காட்டுகிறான், இந்த அமிர்தமல்லனான ஸ்ரீசங்கர பக்தன் என்ற இராஜசிம்மன்[4]. மேலும், பரம்பொருளின் சாத்வீக, ராஜச குணங்களை வெளிப்படுத்தும் சிற்பங்களையும் சுற்றுப் பிரகார துணைக் கோயிற் சுவர்களில் செய்து காட்டியிருக்கிறான் இராஜசிம்மன்.

இப்போது இராஜசிம்மன் கலைமீது கொண்ட அன்பின் மையப்பகுதியான பிரதான கருவறையைச் சுற்றி வலம் வந்து, பின்னர் அதன் மையத்தைத் தீண்டி, அவன் ருசித்துப் படைத்த கலைப் பேரின்பத்தை நாமும் அடைவோம்.

மனம் வசப்பட்டால் கலையின் சிருங்கார ரசத்தை இறுகிய கல்லிலும் உருக்கிக் காட்ட முடியும் என்பதற்கு இக்கோயில் சிறந்த உதாரணம். பல்லவ இராஜசிம்மன் எய்த அன்பெனும் கலை அம்பில் மலர்ந்த தாமரையாக, எட்டு இதழ்களோடு படைத்திட்டான் இக்கோயிலை (வரைபடம்.2). அத்யந்த காமனின் பேரன்புதான் மையத்தில் அம்பென ஊன்றப்பட்ட சிவலிங்கம். இதழ்கள்தான் கருவறையை ஒட்டி நீட்டிக் கட்டப்பட்ட எட்டு இதழ்கள் போன்ற துணைக் கருவறைகள். கலாசமுத்திரனின் கலைப் பிரவாகம் மையத்தில் ஊன்றி தரைத் தளத்தில் கால்பதித்து அலையலையாக, அடுக்கடுக்காக, மேல்நோக்கி அடுக்குப் பிரமிடு வடிவத்தில், முக்கோண வடிவம் கொண்டு திருமுடியில் மேகத்தை

---

3 *South Indian Inscription, ASI, Vol,I, no.24.6.*

4 *Ibid.,24.10*

முட்டி, காற்றில் கலக்கும் அதிசயம்தான் இந்த இராஜசிம்மேஸ்வரம் (படம்.10).

இராஜசிம்மனின் இந்த அத்யந்த காமம் என்ற நிகழ்வு பெயருக்கேற்றாற்போல முடிவின்றி, தடையின்றி, நொடிதோறும் அலையலையாக இன்றும் 1,300 வருடங்களாக நிகழ்ந்து வருகிறது என்றால் கலைக் காவியமின்றி இது வேறு என்ன? தண்டியின் காவியம் 'காவ்ய தர்ஷா' எனில், இப்பெரிய கலைக் களஞ்சியத்தைச் செதுக்கிய பெயரைக் காட்டாத பெருந்தச்சனுக்கு இது ஒரு கோயிற் கலைக் காவியம்.

'சாஸ்திர திருஷ்டி' என்ற விருதுப் பெயர் இராஜசிம்மனுக்கு உண்டு[5]. இதன்மூலம் சாத்திரங்களில் சொல்லப்பட்டவாறு வாஸ்து சாத்திரத்தின் நூட்பமான அளவுக்கூறுகள் கச்சிதமாக இக்கோயிலில் பயன்படுத்தப்பட்டிருக்கிறது என்பதை உணரலாம். இக்கோயிலுக்கு எடுத்துக் கொள்ளப்பட்ட அளவு நுட்பங்களும், அதன் விரிவான கட்டடக் கூறுகளும், எண்ணுதலும் இயற்றலும் அவ்வளவு சுலபமானதல்ல. அத்தனை அளவுகளும், தனித்தனி வடிவங்களும் மற்றும் பொறியியலும், ஒருங்கிணைத்து இயைந்து செல்லும் அழகியலும், மொத்தமாக ஒரு பேரழகைத்தான் இக்கோயிலுக்குத் தந்திருக்கிறது என்றால் மிகையில்லை.

இங்கே அரசனின் விருப்பத்தை நிறைவேற்ற வேண்டும் என்ற முடிவில் சிற்பி அத்யந்தகாமனைக் கருவாக இதயத்தில் சுமந்து, உண்ணாமல் உறங்காமல் செதுக்கியதில் உருவாகிப் பிறந்த குழந்தைதான், அரசனின் இந்த அத்யந்தகாமம். இங்கு இரு காரண, காரியங்களை விளக்கத்தான் வேண்டும்.

முதலில் சரியான அளவுகளில் அமைக்கப்பட்ட இக்கோயிலுக்குச் சாத்திரங்களில் கூறியவாறு இறைத் தன்மை இயல்பாகவே இருக்கிறது. இதனை 'சரியான அளவுகளால் செய்யப்படும் வடிவத்துக்குத் தானாகவே தெய்வத் தன்மை வந்துவிடுகிறது' என்று ஆகம சாத்திரம் பேசுகிறது[6]. இன்னொன்று நொடிப்பொழுதும் உயிருடன், துடிப்புடன் இக்கோயில் விளங்குகிறது என்பதை உயிர் கொண்டு கட்டப்பட்டதே பிராசாதங்கள்

---

5 *Mahalingam. T.V., Inscription of the Pallavas, 55.53,p.188*

6 *Purva Karanagamam, 11.67-69.*

என்ற கட்டடங்கள் ஆகும் என்று மயமத வாஸ்து சாத்திரம் கூறுகிறது[7]. எனவே, இக்கோயில் உயிர் கொண்டு கட்டப்பட்டது புலனாகும்.

இராஜசிம்மன் சிவனின் மீதும், சைவ சித்தாந்தத்தின் மீதும், சாத்திரங்கள் மீதும் கொண்டிருக்கும் ஆழமான பக்தியைக் காட்டுகின்றன இங்குள்ள கல்வெட்டுகள். இவனை சிவ சூடாமணி, சைவ சித்தாந்தி, சங்கர பக்தன், ஈஸ்வர பக்தன், ஞானாங்குசன், தத்துவ வேதி, ஆகமப்ரியன், ஆகமனுசாரி, ஸ்ரீமேதா என்றெல்லாம் சொல்வது எதனால் என்று தோன்றும் வினாவுக்குப் பதில் தென்முக கடவுளான குரு தக்ஷிணாமூர்த்தி சிற்பத்தில் இருக்கிறது. இத்தனை அழகாக இத்தனை பெரிய அளவில் எத்தனையோ கருத்துக்களைச் சொல்வதற்கு வடித்திருக்கும் சிற்பங்கள் குறித்து விளக்கப் பக்கங்கள் போதாது.

பொதுவாகத் தொன்மை மரபுச் சிற்பங்களை வழக்கில் பொம்மை என்று அழைக்கும் முறை இன்றும் உண்டு. பொம்மை எனில், அது 'பொய்... மெய்' எனப் பொருள்படும். அதாவது, உயிரற்ற உடல். இப்படிப் பொம்மை என நமது சிற்பங்களை அழைப்பதைத் தவிர்த்திடல் வேண்டும். நமது நாட்டின் பண்டைய சிற்பங்கள் உயிர் கொண்டு உருவாக்கப்படுபவை என முன்னரே பேசினோம்.

நமது மரபுச் சிற்பங்கள், ஏதோ கல்லை உடைக்கும் பணி அல்ல. சிலை செய்ய உளியும், கல்லும் மட்டும் போதாது. 'சிலை சொல்லவரும் கருத்து என்ன?' என்பதைத் தன்னில் அனுபவித்து, பார்ப்போருக்கும் அந்த அனுபவ உணர்வைத் தரும் வகையில் சிற்பம் செய்வது என்பதை நாம் அறிய வேண்டும். இப்படிச் செய்யப்படுபவைதான் கருவறையில் வைக்கத் தகுந்தவை மற்றும் வணங்கத் தகுந்தவை. கவிஞனின் வடிவம்தான் கவிதை என்பது போல, சிற்பம் என்பது சிற்பியின் வடிவமே! சிற்பம் ஒரு வரலாற்று ஆவணம். அதில் பண்பாடும் இழைத்துச் செதுக்கப்படுகிறது.

தென் சுவற்றின் செதுக்கப்பட்டுள்ள குரு தக்ஷிணாமூர்த்தி சிற்பத்தை இப்புத்தகத்தைப் படித்துக் கொண்டே பாருங்கள், உங்களை இது பரஞ்சோதியுடன் கலக்க வைக்கும் (படம்.11). குரு தக்ஷிணாமூர்த்தி சிற்பத்தை அடியில் தாங்கும் பட்டத்து யானை 'ராஜ குஞ்சரன்' (ராஜ

---

7 ed.Bruno Dagens., *Mayamatam*, (New Delhi, 2000), 2.3.

யானை) என்ற பட்டப் பெயர் பெற்ற இராஜசிம்மனோ என எண்ணத் தோன்றுகிறது. ஆல மரத்தடியில் நாற்கரங்களுடன் யோகாசனக் கோலத்தில் யோக பட்டம் தரித்து, இடக்காலை மடித்து, வலக்கால் தொடையில் அடிப்பாதம் தெரியக் கம்பீரமாக அமர்ந்த சிற்பம் இராஜசிம்மனின் கனவு சிற்பமாகத் தெரிகிறது. இங்கே ஜடாபாரத்தைத் தரித்த தென்னவன் சிற்பம் பேசுவது மௌன மொழி. அதேபோல், ஆலமரத்தில் உள்ள அழகிய மயில், கிளி, ஆந்தை, தாவரங்கள், இதர மாந்தர்கள் கின்னரர், கிம்புருடர், சிங்கம், யானை, புலி, மான், மகரங்கள், பூத கணம் ஒவ்வொன்றும் பேசுவதும் மௌன மொழி என்பதை உணர முடிகிறது.

ஸ்ரீ சங்கர பக்தனான இராஜசிம்மன், நேசித்துச் செய்வித்த மௌன மூர்த்தியின் வலது கரம் இன்று உடைந்து போயிருப்பதை அறிந்தால் உள்ளம் உடைந்து போயிருப்பான். நம் உள்ளமும் உடைந்துதான் போகிறது. இருப்பினும், இதே பாவனையில் இக்கோயிலின் வெளியில் கட்டப்பட்ட வரிசையான கோயில்களின் கடைசிக் கோயிலின் தென்பக்கம் செதுக்கப்பட்டுள்ள தென்முகக் கடவுளின் வலக்கரம் போலத்தான் இங்கும் செய்யப்பட்டிருக்க வேண்டும் என அனுமானிக்கலாம் (படம்.12). பிரம்மர முத்திரையைக் கொண்டுள்ள இடக்கரம், இரண்டு முக்கிய பிரபஞ்ச அறிவியலைச் சொல்வதாகக் கருதலாம்.

பல்லாண்டு காலம் அறிஞர்கள் செய்த ஆராய்ச்சிகளும், அதன் உழைப்பும் ஏட்டில் எழுதி வைத்தால், அழிந்தாலும் அழியலாம். ஆனால், அதையே கல்லில் செய்த சிற்பத்தில் சொல்ல வைத்தால், அவை அழிவில்லா பேசும் கல்விக் கூடங்களாகத் திகழும் என்ற எண்ணத்தில் விளைந்தவை தான் இந்தத் தென்னவன் போன்ற எத்தனையோ கற்சிற்பங்கள்.

தென்னவன் சிற்பத்தின் வல மேற்கரம் அட்சமாலை மற்றும் இடக்கரம் தீப்பிழம்பை நீண்ட குச்சியில் கொண்டிருக்கிறது. சொல்லி விளக்காமல், பார்த்ததும் விளங்குவது போலவே அத்தனை எளிதாகப் புரிந்துகொள்ளும் வகையில் இச்சிற்பத்தைச் செய்திருக்கிறார் அதன் சிற்பி. அட்சமாலை எண்ணிக்கை எனும் காலக் கணக்கைக் குறிப்பிடுவது. தீப்பிழம்பு, அசைந்து இயங்கும் உலகமெனும் ஒளிப்பொருளாகும். அசைந்தாடும் பிரபஞ்சத்துக்கு அட்சமாலைக் குறிப்பிடும் இசைந்து செல்லும் தாளக் கணக்குதான் மூலம் என்பது பிரபஞ்ச அறிவியல். இதுவே,

முக்காலத்துக்கும் மூல காரணம். சிற்பத்தின் வலக்கை அருகே நாகம் உள்ளது. நாகம், நகர்ந்து செல்லும் காலத்தின் குறியீடு. காலத்தின் நீட்சியே தாளம் என்கிற எண் கணக்காகும்.

இக்காலம்தான் துவக்கம், நிகழ்வு, இறுதி இவற்றைத் தீர்மானிப்பது. இதைச் சைகை மொழியில் மௌனமாய் வலக்கை விரல்கள் மூடி, பாம்பினருகே காட்டுவதுதான் சிற்பத்தின் மூலம். நிகழ்காலம், வருங்காலம், கடந்தகால நிகழ்வுகளும், வினைகளும்தான் இயக்கம் எனப்படுவதும் அதுவே பிரபஞ்ச இயக்கம் என்பதை இன்னும், இன்னும் விளக்குவதே வேதங்களும் இதர பிரபஞ்ச சிந்தனைகளும் என்பதை இச்சிற்பத்தில் 1300 வருடங்களுக்கு முன்னர் இராஜசிம்மன் பதிவு செய்திருக்கிறான். இந்த மௌனகுரு சிற்பம், அதனைக் காணும் இறை நம்பிக்கை இல்லாதவரையும் கைக்கூப்ப வைக்கும்.

இத்தகைய சிற்பங்கள், மதத்தையும் தாண்டிய அறிவியல் உண்மையைத் தன்னகத்தே கொண்டிருப்பதால்தான், வேதத்தின் கருத்துக்களை மொழி இலக்கண நூலில் பதிய வைத்திருக்கும் 'வாக்கியபடியா' என்ற வடமொழி இலக்கண நூலில் (கி.பி.4 ஆம் நூற்றாண்டு) சொல்லப்பட்டிருக்கும் சில முக்கிய தகவல்கள் அறிந்தால், இங்கு சொல்லப்பட்டவை உண்மை எனத் தெளியலாம். காலமே உலக சுழற்சிக்கு சூத்திரதாரியாக விளங்குகிறது என்று வாக்கியபடியா கூறுகிறது[8]. மேலும், இவ்வுலகில் உருவாக்கம், காத்தல், அழித்தல் என்ற மூன்று காரியங்களுக்கும் நிகழ்காலம், கடந்த காலம், வருங்காலம் என்ற முக்காலங்களும் தொடர்ந்து நடைபெறச் செய்ய காலமே காரணமாக விளங்குகிறது என்று மிகத் தெளிவாக எடுத்துரைத்திருப்பதையும் கவனிக்க வேண்டும்[9].

ஜடாபாரம், அறிவின் ஆசான் என்பதைத் தெளிவாக இயம்புகிறது இச்சிற்பம். சிவனுக்குக் காதுகளில் பத்ரகுண்டலமும், மகரகுண்டலமும் செதுக்கப்படுவது இலக்கணம். ஆனால், ஞானகுருவின் இரு காதுகளிலும் பத்ரகுண்டலம் உள்ளது. இது ஏன் என்பதற்கு அந்த குமிழ்ச் சிரிப்பில் பேசும் பரப்பிரம்மம் என்ற அசைவற்ற அரூப மௌனமொழி அறியவைத்து நம் உயிரை உருகவும், உறையவும் வைக்கிறது.

____

8 ed.Subramanya Iyer.K.A.,*The Vakyapadiya of Bhartrihari*, (Delhi, 1974), 3.9.4.

9 *Ibid.*, 3.9.3

மேற்சொன்ன பரப்பிரம்ம நிலையில் சிவலிங்கத்தின் அடிப்பாகம் இருப்பதைத்தான் இராஜசிம்மன் விரும்பி, பிரம்ம பிரதக்ஷிண அமைப்பை இக்கோயிலில் வைத்தான் என்பதை இன்னொரு இடத்தில் விளக்குவோம். இங்கு பேசவேண்டியதை இன்னும் விளக்க வேண்டியுள்ளது. சக்தி கலவாத நிஷ்கள பிரம்மமாய் தக்ஷிணாமூர்த்தி சிற்பம் இருப்பதாக வலியுறுத்தவே, இங்கே பிரம்மத்தின் ஒரு காதில் மகர குண்டலம் வைக்கவில்லை போலும். பிற்காலத்தில் பல தக்ஷிணாமூர்த்தி வடிவங்களில், சிவனுக்கே உரித்தான அடையாளமாக ஒரு காதில் மகரமும் மறு காதில் உமையின் பத்ர குண்டலமும் உண்டு. மற்றொன்றும் இங்கே சொல்ல வேண்டியது அவசியமாகும்.

புராணத்தில் மகாவிஷ்ணு தேடிய பிரம்மத்தின் திருவடியை, இதோ என்று குருவின் திருவடியைக் தூக்கிக் காட்டி இதுவே கைலாச மகத்துவம் என்று இக்கோயிலில் பிரம்ம பிரதக்ஷுண முறையைச் செய்து நடத்திக் காட்டினான் போலும் இந்த சங்கர பக்தன் இராஜசிம்மன். வாருங்கள் கண்டுகளிப்போம்.

திருமாலுக்கே கிடைக்காத திருவடி தரிசனம், மண்ணோர்க்கு கிடைக்க வைத்த இராஜசிம்மனுக்கு ஒரு வந்தனம். இதைத்தான் இராஜராஜன் முதல் சாளுக்கியன், விஜய நகரர்கள் என எத்தனையோ மாமன்னர்கள் பார்த்த அதே திருவடி தரிசனத்தை, நமக்கும் இன்றும் என்றும் காணச் செய்து வைத்த முக்காலமும் அறிந்த மாமன்னன் இராஜசிம்மனை வணங்குவோம். பாருங்கள் மனிதர்களுக்கு மட்டுமின்றி மான்களுக்கும் திருவடி தரிசனம் கிடைக்கச் செய்து காட்டிச் சென்ற இராஜசிம்மனுக்கு 'அத்புதசரிதன், ஞானாங்குசன், தத்துவவேதி, சாரசக்சு' என்ற விருதுப் பெயர்கள் மிகமிகப் பொருத்தமானதே. குருவான ஆலமர்ச் செல்வன் காட்டும், திருமாலே காணாத திருவடி பற்றித் திருமந்திரம் அழகாக வர்ணிக்கிறது[10].

கழல்ஆர் கமலத்திருவடி என்னும்

நிழல்சேரப் பெற்றேன் நெடுமால் அறியா

அழல்சேரும் அங்கிஉள் ஆதிப் பிரானும்

குழல்சேரும் என்னுயிர்க்கூடும் குழைத்ததே.

---

10 திருமந்திரம். 1600

இதன் பொருள்: இன்பத்தேன் ஊறும் இறையின் பாத கமலங்களை, அருள் நிழல் தரும் துணையாகக் கொண்டேன். இதனால், உலகளக்க உயர்ந்த வடிவெடுத்த திருமாலும் காணமுடியாத, வெப்பம் தரும் நெருப்புச் சுடர் உள் ஒளியாகத் திகழும் சிவபெருமானும், அம்மையும் என்னுள் பொருந்த என் உடம்பும் அழிந்தது.

ஆலமர்ச் செல்வனின் சிற்பத்தைச் சுற்றிலும் செதுக்கப்பட்ட சிற்பங்கள் குறித்துப் பேசுவோம். சிற்பத்தின் வலப்புறம் இரு சிங்கச் சிற்பங்களும், இடப்பக்கம் இரு புலிச் சிற்பங்களும் செதுக்கப்பட்டுள்ளன. இச்சிற்பங்கள் கீழே வலப்புறமும், இடப்புறமும் சில கருத்துக்களைச் சொல்லவருவதை அறிய முடிகிறது. சிங்கங்கள் மற்றும் புலிகளின் கண்களும் அதன் பாவனைகளும் காண்போரின் கவனத்தைப் படிப்பது போலத்தான் மன்னன் செதுக்கச் சொல்லியிருக்கிறான் போலும்.

மூர்த்தியின் இடப்புற மேல்பக்க புலி நம்மை 'ஆச்சர்ய வீரன்' என்றழைக்கப்படும் இராஜசிம்மன் நம்மை பார்ப்பது போலல்லவா செய்யப்பட்டிருக்கிறது! அதனால்தான் இராஜசிம்மன் 'ஆக்ஞாரசன்' என்றும் 'நயன அனுசாரி' எனவும் கல்வெட்டுகளில் போற்றப்படுகிறான் போலும். குருமூர்த்தி சிற்பத்தின் கீழே வலப்புறம் இரு சிற்பங்களும் இடப்புறம் இரு சிற்பங்களும் திருமந்திர விளக்கம் அளிப்பதாகவே காணப்படுகிறது. வலப்பக்கம் தியானம் செய்யும் முனிவர் தனது இடது கையால் அழைக்கும் பாவனையுடன் அருகே ஜடாபாரத்துடன் குருபரமாத்மனே அழைப்பை ஏற்கும் பக்தன் போல அஞ்சலிக் கரங்களுடன் காட்சிப்படுத்தப்பட்டுள்ளது. அதன் தொடர்ச்சியாக இடப்பக்க இரு சிற்பங்களில் குருமூர்த்தியே ஜடாபாரம் தரித்து, பக்தனை அழைப்பது போன்று செதுக்கப்பட்டுள்ளது. திருமந்திரம் சொல்வது போல, இறைவனை முழுமனதுடன் நிந்தித்தால், இறைவன் உன் உள் உறைவார் என்பதை உணர வைக்கிறது இச்சிற்பம்[11].

'சித்தம் யாவையும் சிந்தித்து இருந்திடும்

அத்தன் உணர்த்துவது ஆகும் அருளாலே

சித்தம் யாவையும் திண் சிவம் ஆனக்கால்

அத்தனும் அவ் இடத்தே அமர்ந்தானே'.

---

11 திருமந்திரம். 1582

சைவ சித்தாந்தி என்று புகழப்படும் இராஜசிம்மன் ஒவ்வொரு சிற்பத்தைச் செதுக்கும் முன்பும் எவ்வாறெல்லாம் சிந்தித்து சைவ சித்தாந்த கண்காட்சிக்கூடமாக இக்கோயிலை இழைத்து இழைத்துக் கட்டியிருக்கிறான் பாருங்கள். பக்தனானவன் குருவை மானசீகமாகத் தொடர்ந்த தியானத்தில் இருக்கும்போது, பக்தனின் ஆன்மா குருவாகவே மாறிவிடுகிறது என்று குரு கீதை சொல்கிறது[12].

இங்கே செதுக்கப்பட்டிருக்கும் மகர தோரணம் பற்றியும் குறிப்பிட்டாக வேண்டும். பக்கத்திற்கு மூன்று மகரங்களும், நடுவில் கணேசர் சிற்பமும், கணேசரின் மேலே பூத கணத்தின் முகமும், அதன் பக்கவாட்டில் இரு பாயும் சிங்கங்களும் மிகமிகச் சிறப்பாக செதுக்கப்பட்டுள்ளன. பல்லவரின் தோரணச் செதுக்கல்கள் மிகச் சிறப்பானவை. இக்கோயிலில் பலதரப்பட்ட கற்பனையில் பலவிதங்களில் தோரணங்களால் சிற்பங்கள் அலங்கரிக்கப் பட்டுள்ளன. இத்தோரணத்தில் காட்டப்பட்ட கருக்கு எனப்படும் கற்பனைக் கொடி, இலை போன்ற சுருள் கருக்குகள், மனதைக் கொள்ளை கொள்ளும் அளவிற்கு கலாரசனை ததும்பும் வண்ணம், மிகமிக அற்புதமாகச் செதுக்கப்பட்டுள்ளது. கருக்குகள், கற்பனை மிருகமான மகரங்களின் வாயிலிருந்து வெளியே வரும் வண்ணம் அமைத்திருப்பது சிற்பியின் கரங்களுக்கு முத்தமிட வைக்கும் அளவுக்கு மிக மிக உயரிய அழகுக் கற்பனை.

அத்யந்த காமன் என்ற புனைப் பெயர் மட்டுமின்றி, கலைக்கே இவனது கோயில் விலாசம் சொல்லுமளவுக்கு இக்கோயிலைக் கட்டிய இராஜசிம்மனை 'காம விலாசன்' என்று வர்ணிக்கிறது போலும். அதனால்தானோ என்னவோ, பல்லவரின் காஞ்சிக் கோட்டையை விக்கிரமாதித்த சாளுக்கியன் வென்றெடுத்ததும் சிற்பிகளின் கலை, காஞ்சியிலேயே சாளுக்கியனை வென்றது. சாளுக்கியரின் மனதைக்கவர்ந்த சிற்பிகளின் பணிகள் இதே சிற்பிகளால் தமது நாட்டில் அமைக்கப்பட வேண்டும் என்ற நோக்கில், காஞ்சி சிற்பிகளை சாளுக்கியன் கவர்ந்து சென்றான் போல. எனவேதான், காஞ்சி கைலாச நாதர் கோயிலுக்குப் பின்னர், பல்லவர் கட்டிய பல முக்கியக் கோயில்கள், சிற்பிகள் பற்றாக்குறையால் செங்கல்லால் கட்டப்பட்டனவோ? சிற்பிகளின்

₁₂ *குருகீதை-உத்தர காண்டம். 214*

பற்றாக்குறையால் காஞ்சி வைகுண்ட பெருமாள் கோயில், திருப்பட்டூர் கோயில்களில் சிற்பங்கள் காஞ்சி கைலாசர் கோயிலுக்கிணையாக அமைக்க இயலவில்லையோ எனச் சிந்திக்க இடமிருக்கிறது.

பிரதான கருவறைச் சுவர் சுமார் 41-6 அடி சதுர அளவில் உள்ளது. அதனைச் சுற்றிலும் 7 துணைக் கோயில்களும் உள்ளன. துணைக் கோயில்கள் சுமார் 7-9 அடி நீளத்தில் சதுர அளவில் உள்ளன. 'கண்டஹர்ம்யம்' என்றழைக்கப்படும் துணைக் கோயில்கள், 7 எண்ணிக்கையும் முகப்பில் முன்மண்டபம், முன் வாசலமைப்பும் கொண்டதாக உள்ளது இக்கோயில் கருவறை. கண்டஹர்ம்யங்களுக்கிடையே, அஹாரை போன்ற அமைப்பு சுமார் 3-6 அடி அடக்கம் கொண்டுள்ளது, கருவறை மீது விண்ணை முட்டும் விமானம் 4 தளங்களோடு அமைக்கப்பட்டுள்ளது. பல்லவர் கால கருவறையுடன் இணைந்த முன் மண்டபத்தை அடுத்து, பிற்காலத்தில் 20 அடி நீளத்தில் இணைப்பு மண்டபம் கட்டியுள்ளனர். அதனையடுத்து கிழக்கே பல்லவர் கால 12 கால் மண்டபம் அமைந்துள்ளது.

இக்கோயிலில் மிகமிக முக்கியமாகக் கருதப்பட வேண்டியது பிரதானக் கருவறையோடு இணைந்த 7 துணைக் கோயில்கள் ஆகும். இத்துணைக் கோயில்கள் மற்றும் மூலக் கருவறையுடன் நீட்டிக் கட்டப்பட்ட முன்பக்க மண்டபம் சேர்த்து, 8 இதழ்கள் உள் சுவற்றிலிருந்து வெளியே நீட்டியவாறு அமைக்கப்பட்ட கட்டட நுட்பமே இங்கு பேச வேண்டியதாகும். இதனைக் காணும்போது கண்டிப்பாக இராஜசிம்மனின் கலைநேசத்தை அறியலாம்.

தாமரையின் இதழ்களாக 8 திசையெங்கும் வெளியில் முகம் நீட்டும் 8 இதழ்கள் சிற்ப நூல்களில் மிக அழகானதாகக் கருதப்படும் சர்வதோபத்ர வகையைச் சார்ந்தது. சர்வதோபத்ரம் என்றால் அனைத்து பக்கமும் முகங்களைக் கொண்டது எனப் பொருள். இதனைத் தாமரைப் பூவினை உவமையாகச் சொல்லி மகாபத்ம விமானம் என்று அழைப்பதும் உண்டு[13]. இத்தகைய கட்டடக் கூறுகள், செங்கல் கட்டுமானங்களின் பிரதிகளாகும். சிற்ப சாத்திரங்கள் பலநூறு வகை ஜியோமிதி வடிவங்களைப் பேசுகிறது. ஆனால், அவைகள் இன்று காண்பதற்கு இல்லை. காண்பதற்கு இல்லை என்பதாலேயே வாதாபி கொண்ட நரசிம்மனுக்கு அடுத்த கட்டடக்கலை பரிணாமம் இராஜசிம்மனின் காஞ்சி கைலாசர் கோயில் என்று

---

13 *Khiladhikara (Bhrigu Samhita), 6.8, TTD, Tirupati 1957,p.50*

சொல்லிவிட முடியாது. காரணம், மகேந்திரனுக்கு முன்பே எத்தனையோ செங்கல், மரத்தினாலான கட்டட வடிவங்களைச் சிற்ப நூல்களும், திருநாவுக்கரசரும், மகா பாரதத்தில் மயப் பெருந்தச்சனும் சொல்லிச்சென்றிருக்கிறார்கள்[14].

செங்கல், மரத்தால் கட்டப்பட்ட மிகப்பெரியக் கட்டட வடிவங்களைக் கல்லிலும் செய்து காட்டிட முடியும் என்பதைச் செய்து வென்றவன்தான் இந்த கலாசாகரன் இராஜசிம்மன். சாத்திரங்களைக் காத்தவன் என்பதால்தான், சாத்திரங்களில் சொல்லப்பட்டவற்றைக் காத்து, அதனை கல்லில் நிலைபெறச் செய்து, 'சாஸ்திர திருஷ்டி' என்ற பெரும் பெயர் பெற்றான் இராஜசிம்மன். சிற்பக் கலையின் ஒட்டு மொத்த பேரழகையும், பிரமிடு வடிவத்தில் வென்று குவித்துச் சென்றவன்தான் இந்த அழகிற்குச் சொந்தக்காரன், தரணி திலகன், தைர்யசாகரன், ஏகசுந்தரன், அத்புதசரிதன் மற்றும் அபிராமன் என்று புகழப்படும் இராஜசிம்மன்.

கருவறையைச் சுற்றிலும் உள்ள துணைக் கோயில்களின் உள்ளே சுவர்களில் சிவதாண்டவங்கள், பிக்ஷாடனர், கங்காதரர் சிற்பங்கள் ஆகியவை வியக்க வைக்கின்றன. கருவறை புறச்சுவர்களில் பார்வதி பரமேஸ்வரன், ஹரிஹரன், லிங்கோத்பவர், சிவதாண்டவங்களும், காலசம்ஹாரம், திரிபுரசம்ஹாரம், யோகநிலைச் சிற்பங்கள், சிம்மவாஹினி, கணேசர், லட்சுமி, சரஸ்வதி, ஜியேஷ்டா தேவி சிற்பங்களின் ஈர்ப்பு நம்மை மீண்டும், மீண்டும் பலமுறை சுற்றிவரச் செய்கின்றன. (படம்.13, 14).

இக்கோயில் ஒரு கலைக் கண்காட்சிக்கூடம் என்பதில் சந்தேகமில்லை. கலைஞர்கள், கவிஞர்கள், ஆய்வாளர்கள், பொறியாளர்கள், சிறுவர்கள், பக்தர்கள் என ஒவ்வொருவரும் பயன்பெறும் நோக்கில் கண்காட்சிக்கூடமாக அமைத்ததுதான் இராஜசிம்மனின் கனவாக இருந்திருக்க வேண்டும். இந்தக் கோயிலைப் படிக்க ஒரு ஜென்மமே போதாது என்றுதான் சொல்லவேண்டும். திரும்பிய பக்கமெல்லாம் கலையின் பிரவாகம், பெருக்கெடுத்து ஓடும் வற்றாத கலைநதியாக

---

14 தேவாரம், (பதி). கோபால் அய்யர். டி வி. அடைவுத் திருத்தாண்டகம் - 5 *(VI.71.5) ed. Franklin Edgerton, The Sabhaparvan (Poona: Bhandarkar Oriental Research Institute, 2.1.2 ,(1944, p. 4; ed.Pandita Rama Narayan Dutt Shastri, Mahabharata-Prathama Khanda (Gorakhpur: Gita Press), Sabha Parva-ch. 1, pp. 633 ,632.*

இருக்கிறது. எனவேதான், மன்னர்கள் வாழ்நாள் சாதனையாக, கோயில்கள் என்ற மாபெரும் கலைக் கருவூலங்களைச் செய்து காட்டி, பாடம் சொல்லிச் சென்றிருக்கிறார்கள். காவியம், இசை, நாட்டியம் இவற்றைக் கொண்டு சிற்ப மொழியில் அறிவியல், கலாசாரம், ஆன்மிகம் இவற்றை மிகவும் ரசித்து, ரசித்துச் செய்த இராஜசிம்மனை இருநூறுக்கும் மேற்பட்ட விருதுப் பெயர்களால் அன்போடு அழைப்பது மிகமிகப் பொருத்தமாகும். ஒவ்வொரு விருதுப் பெயருக்கும் பின்புலமாக, மதிப்புமிகுந்த காரணங்கள் இருப்பது, இக்கோயிலைக் காண்போருக்கு எளிதில் புரியும்.

அடுத்ததாக இராஜசிம்மனின் ஆன்மா குடி கொண்டிருக்கும் கருவறைக்கு வருவோம். ஆம்... நமக்கெல்லாம் மேலானவன், நாம் எனும் அகந்தையை அகற்றுபவன், நாம் அறியாமலேயே நம்மை ஆட்டுவிப்பவன், நம் மனதையும் அறிவையும் ஆட்டுவிக்கும் கயிற்றினைத் தன் கையில் வைத்திருப்பவன்... இங்கே அறிவியல் வடிவாக, அறிவே வடிவாக வடிவம் பூண்டிருக்கிறான். இவற்றையெல்லாம் அறிந்ததால்தான், நமக்கெல்லாம் இறையின் வடிவங்களைச் செய்து காட்டி, தினம் தினம் பாடம் நடத்திக் கொண்டிருக்கிறான் என்றென்றும் வாழும் நம் மன்னன் இராஜசிம்மன். அவன் நினைத்திருந்தால் இக்கோயில் கட்டும் செல்வத்தில் பெரிது பெரிதாக ஊரெங்கும் கோட்டைகட்டி ஒய்யாரமாக வாழ்ந்திருக்க முடியும். ஆனால், நமக்கு சைவ சித்தாந்தத்தை இத்தகைய சிற்பங்களாக, கோயிலாகக் கட்டிக் காட்டுவதற்கு இனி யாரும் பிறக்கப் போவதில்லை என்பதை முன்பே தீர்மானமாக அறிந்தவன்தான் மானுடசிங்கம் இராஜசிம்மன். இக்கோயில், இராஜசிம்மன் நமக்களித்த மிகப்பெரிய கொடை.

இக்கருவறையின் அற்புத அமைப்பு 'பரப்பிரம்ம பிரதக்ஷிணம்' என்று அழைக்கத்தகுந்த அமைப்பு. அதாவது, இக்கோயிலின் மூல லிங்கத்தை, கருவறை அடித் தளத்தின் தரையில் தவழ்ந்து வணங்கி மனமுருகி சிரம் தாழ்த்தி, வலம் வரக்கூடிய விசித்திர அமைப்புடன் வடிவமைக்கப்பட்டுள்ளது. இதனால்தான் சைவசித்தாந்தம் என்ற பாதையில் நடந்தவன் என்று கல்வெட்டுகளில் இராஜசிம்மன் கூறிக்கொள்கிறான்[15]. இந்த அடித்தள உள்சுற்று அமைப்பை சற்று விரிவாகப் பார்ப்போம்.

---

15 *South Indian Inscription, ASI, Vol,I, no.24.5*

பொதுவாக சிவலிங்கத்தின் மையத் தண்டு போன்ற செங்குத்தான தூண் அமைப்பு கருவறையின் மையமான பிரம்மஸ்தானம் என்ற புள்ளியில் செருகப்பட்டிருக்கும். இதற்கு மூலத் தூண் என்றும் மூல ஸ்தம்பம் என்ற பெயர்களும் உண்டு. சிற்பிகளுக்கெல்லாம் இதுதான் பிரம்மசூத்திரம் என்ற சூட்சுமமான செங்குத்துக் நூலிழையின் ஸ்தூல அமைப்பு. சிற்பிகள் இன்றும் அந்த பிரம்ம சூத்திரத்தை லிங்கத்தின் முகத்தின் மையத்தில் செங்குத்தாக உளியில் குறித்துக் காட்டுவதை நன்கு உற்று கவனியுங்கள் (வரைபடம்.3). இக்கோட்டிலிருந்தே கட்டடம் மற்றும் அனைத்தும் பிறப்பது அறிவியல் செய்தி. இந்தக் கோடு தரையில் இருந்து, துளைத்துக் கொண்டு மேலே எழும்பிச் சென்று கொண்டிருப்பதும் கீழே சென்று கொண்டிருப்பதுமான ஆதார உயிர் நூல். இதைத்தான் பிரம்மத்தின் திருவடியையும், திருமுடியையும் தேடி இரு கடவுளர்கள் சென்று, காணவியலாமல் திரும்பியது, புராணக்கதை. நன்றாக மீண்டும் கவனியுங்கள்... உளி வரைந்த செங்குத்துக் கோட்டினை, அறிந்து கொள்ளுங்கள். நாம் வரம் கேட்பதும், நமக்கு அது வரம் அளிப்பதும் சிற்பியின் சிந்தனையிலும், நெற்றி வேர்வையிலும் பூத்த அந்த சிவலிங்கத்தில் தானே.

லிங்கத்தைச்சுற்றி ஆவுடையார் என்ற அபிஷேக நீர் செல்லும் பீடம் அமைந்திருக்கும். அந்த மையத் தூண் என்ற லிங்கத்தின் உயரம் மூன்று பகுதிகளாகப் பிரிக்கப்பட்டு அடிப்பகுதி தளத்துக்கு அடியில் சதுரமாக நாகர வடிவமாக இருக்கும். நடுப்பகுதி ஆவுடையாரால் மறைக்கப்பட்ட எட்டுப் பட்டமாய் அமைந்திருக்கும் பகுதிக்கு, திராவிட வடிவம் எனப் பெயர். மேல்பகுதி நாம் காணும் வேசரம் என்ற 8,16 பட்டம் அல்லது வட்டமான வடிவம் (படம்.15). இதன் வழுக்கையான தலைப் பகுதி சிரோவர்த்தனம் என்ற முடிவற்ற நிலையை உணர்த்தும். சிரோவர்த்தனமும் வேசரமே.

இப்படி மூன்று வித வடிவங்களுக்கு என்ன காரணம்? இராஜசிம்மன் எத்தகைய கருத்தை வலியுறுத்தி இக்கோயிலைக் கட்டியிருக்கிறான் என்றறிந்து நம் புருவங்கள் உயர்கின்றன. லிங்க அடிப்பாகம் சாத்விகம் என்ற அசைவற்ற தன்மையையும், நடுப்பாகம் மிதமான வேகத் தன்மையையும், மேல்பாகம் விரைவான வேகத்தைக் காட்டும் தாமச குணத்தையும் சொல்கிறது என்று மயமத சிற்ப நூல் விளக்குகிறது[16].

---

16 ed.Bruno Dagens., Mayamatam (New Delhi, 2000), 21.99 ed.Acharya.P.K., *Manasara on Architecture and Sculpture, Delhi, 1979,52.124, 125.*

இதனையே, பாத்மசம்ஹிதா என்ற ஆகம நூல், உடலின் ஆன்மா அமைதியாக இருக்கையில் சதுரமாகவும் நீரில் நீந்தும் போது உயிரினங்களுக்கு ஆறு பட்டங்களாகவும் பறக்கும்போது, பறவைகளுக்கு வட்டமாகவும் இருக்கும் என்று ஒப்பிடுகிறது[17]. சரியாகப் புரிந்துகொள்ள வேண்டுமெனில், சதுரமான ஒரு வடிவம் அமைதி எனக் கொள்ளலாம். அதுவே மெதுவாகச் சுழலும்போது, ராஜசம் எனலாம். விரைவாகச் சுழலும்போது அச்சதுரம் வட்டமாகக் காட்சியளிக்கும் வேசர வடிவாகும்.

இதை இமயம் முதல் விந்தியம், கிருஷ்ணா வழியே குமரியைக் கொண்டு நிலங்களைப் பிரிக்கும் எந்தக் கருத்தும் பொருத்தமற்றவைகளாகும். சாத்திரங்களிலும், கல்வெட்டுகளிலும் தவறாக பிற்காலங்களில் முன்மொழியப்பட்டவைகள். காமிகாகமம் சரியாகச் சொல்கிறது, ஒரே ஆலயத்துள் நாகர, திராவிட, வேசர வடிவங்களைச் செய்யலாம் என்று[18]. வடிவங்களில்கூட பிராந்தியங்களைப் பார்க்க வேண்டாம். அவைகள், கருவறையின் உள்ளே, நாம் வைக்கும் பரம்பொருளிடம் நாம் எந்தத் தன்மையை வேண்டி வரம் பெற வேண்டுகிறோம் என்பதைக் குறிக்கவே இவ்வடிவங்கள் பெரிதும் பயன்பாட்டில் இருந்தன. இதுவே வாஸ்து சாத்திரத்தின் மகிமை.

வாஸ்து என்பது மூடப் பழக்கம் இல்லை. அது ஒரு கணிதம், ஜியோமிதி, பகுத்தறிவு, மனோதத்துவம் மற்றும் உண்மை அறிவியல் என முன்பு சொல்லப்பட்டது. போரில் வெற்றியை அடைய, வீரம் தேவை எனில் வட்டமான ஆலயம் எழுப்பி வணங்கலாம். இப்படித்தான் வாஸ்துவின் மகிமையை அறியவேண்டும். மீண்டும் சிவலிங்கம் குறித்து அறிய வருவோம். இந்த சிவலிங்கம் காலத்தின் வடிவம். மூலத்தூண் எனப்படுவது காலத் தூணாகும். காலஸ்தம்பம் என்றும் சொல்லலாம். அதாவது பிரம்ம சூத்திரம் எனப்படுவது, உலகையே சுழல வைக்கும் காலம் என்ற முக்கியமான மைய சூத்திர நூல் என்று கி.பி 4ஆம் நூற்றாண்டின் வடமொழி இலக்கண நூலான, வாக்கியபடியா வர்ணிக்கிறது[19]. காலநூலே சுழன்று நிகழ்காலமாகவும், கடந்த காலமாகவும், வருங்காலமாகவும் ஆகிறது என்பதை ஊன்றிப் பார்த்தால்

---

17   ed.Seetha Padmanabhan., *Padma Samhita (Madras, 1974) (Yogapada)*, 2.4,5

18   ed.Mayilai Alagappa Mudaliar., *Kamikagama, Chennai. 1969, ch.49:139,140*

19   ed.Subramanya Iyer.K.A., *The Vakyapadiya of Bhartrihari, (Delhi,1974), 3.9.4.*

இன்னும் சிவலிங்கம் எனப்படுவது யாது என்பதும் அது ஏன் வணக்கத்துக்குரியது என்பதும் விரிவாக விளங்கும்.

இவ்வுலகில் தோன்றுவதும், அது காக்கப்படுவதும், பின்னர் அழிக்கப்படுவதும் காலத்தால்தான்[20]. காலமில்லையேல் இயக்கமே இல்லை. எனவே முக்காலத்தையும் ஆட்டுவிக்கும் சூத்திரதாரியே காலம். காலத்தை பிரம்மம் என்றே உபநிஷத்துக்கள் அழைக்கின்றன[21].

இந்தக் கால அசைவு நில்லாமல் தொடர்ந்து நிகழ்ந்து கொண்டே இருக்கும் என்றே வாக்கியபடியா கூறுகிறது. முன்னர் தக்ஷிணாமூர்த்தி சிற்பம் விளக்கும்போது அவர் கையில் அசைந்தாடும் தீச்சுடரை இங்கு நினைவுகூறல் தகும். அந்த அசைந்தாடும் ஒளியே நடராசன் என்ற ஆடல்வல்லான் ஆவார். எனவேதான், இராஜராஜன் பெருவுடையார் தக்ஷிண மேருவிடங்கர் எனும் சிவலிங்கத்தை தனது கல்வெட்டில் ஆடல் வல்லான் என்றழைக்கிறார்[22]. அந்த கூத்துக்குக் காலம் சொல்லும் தாளக் கணக்குதான் ஆலமர்ச்செல்வனின் வலக்கர ருத்திராட்ச மாலை. இதைச் சொல்லத்தான் நடராசன், ஒளிதீபத்தையும் டமருவையும் வைத்திருக்கிறார். ஒலியும் -ஒளியும், சப்தமும் -அர்த்தமும் போல என்றெல்லாம் கருத்துக்களை பேசிக்கொண்டே போகலாம்.

சிவலிங்கத்தின் அடிப்பகுதி எந்தத் தன்மையும் அற்ற அமைதியான நிர்குண பிரம்மம். சக்தி கலவாத தனித்துவ நிலை. அசைவற்ற பிரம்மத்துடன் சக்தி கலந்த பின்னரே ஆடலாகிறது என்பதை இங்கு நுட்பமாக அறிந்து கொள்ள வேண்டும். அந்த நிஷ்கள வடிவம்தான் சதுர வடிவாகும். ஆன்மம் சதுர வடிவான அமைதியான தருணத்தில் உள்ளது என்பதை அழகாக மரீசி சம்ஹிதையும் வர்ணிக்கிறது[23]. அதுதான் சிவநிலை. அதை உணர்ந்தவனே சைவ சித்தாந்தி, சங்கர பக்தன் இராஜசிம்மன். அத்தகைய சிவநிலையில் உள்ள பிரம்மத்தை வணங்க வேண்டுமெனில், லிங்கத்தின் அடிப்பாகத்தில்தான் சுற்றிவந்து வணங்குதல் வேண்டும். வெளிப்புறம் வணங்குதல் சக்தி கூடிய நிலையாகும் என்பதை இங்கே அறிந்து கொள்ள வேண்டும். அந்த

---

20 ed.Subramanya Iyer.K.A. *The Vakyapadiya of Bhartrihari*, *(Delhi, 1974)*, 3.9.3

21 *Maitri upanishad*, 6.14

22 *South Indian Inscriptions, Vol. II, Part.I, No.2.*

23 ed.Shri Prayagadasji., *Marichi Samhita, (Tirupati, 1926)*, Ch.89.

பிரம்மத்தை இராஜசிம்மன் வலம் வந்து வணங்க ஏற்படுத்திய கட்டட அமைப்புதான் பரப்பிரம்ம பிரதக்ஷிணம். இங்கே முட்டியிட்டு மனமுருகி தவழ்ந்துதான் வணங்க இயலுமெனில், எத்தகைய பக்தியை இராஜசிம்மன் சிவன் மீது கொண்டிருந்தான் என்பது புரிகிறது. இப்படியாக இராஜசிம்மனும் முட்டியிட்டு தவழ்ந்து வணங்கினான் என்று எண்ணுகையில் இவ்வையகம் பெற்றெடுத்த மாமன்னன்தான், தாம் கட்டிய கோயிலில் சிவபோதம் சொல்லும் சைவ சித்தாந்தியாக இராஜசிம்மன் நம் கண்களில் கண்ணீர் வரச் செய்கிறான்.

கட்டட, சிற்பக் காவியமாய் பின்னப்பட்ட கைலாசநாதர் கோயிலின் மிகச் சிறப்பான அமைப்புகள் மற்றும் சிற்பங்கள் இதுவரை விளக்கப்பட்டன. இராஜசிம்மேஸ்வரம் என்ற காஞ்சி ஆலயத்தைப் படிப்பது இராஜசிம்மனை படிப்பதற்கு ஒப்பாகும். இராஜசிம்மனே இராஜசிம்மேஸ்வரம் என்பதை, 'தானே அதுவாகிறது' என்ற மகா வாக்கியம் மெய்ப்பிக்கிறது. எனவே ஒட்டுமொத்த இராஜசிம்மனின் கலையார்வத்தை உருக்கிச் செய்த வடிவமே 'காஞ்சி கைலாசம்' என்று சொல்வதே தகும்.

3

கண்டேன் இராஜசிம்மனை

வாருங்கள்... இனி காஞ்சியின் மகாமணி சிங்கத்தின் மீதமர்ந்த மாமன்னன் இராஜசிம்மனை நேரடியாகக் காண்போம். இப்போது, இப்புத்தகத்தின் முக்கியமான மையப் பகுதிக்கு வந்திருக்கிறோம். இராஜசிம்மனின் செயற்கரிய செயல்களால் காஞ்சி கைலாசநாதர் ஆலயம், இத்தனைப் பெரிய கோயிலாக இராஜசிம்மனின் முழு உருவமாக நமக்குக் காட்சி தருகிறது. இருப்பினும் இக்கோயிலின் மிக முக்கியமான இடத்தில் அவன் தன்னை ஒரு சிற்பத்தில், மதிநுட்பத்தால் காட்டியதைக் கண்டு விளக்கிச் சொல்வதுதான் இந்த அத்தியாயம். வரலாற்றில் இன்றுவரை நுட்பம் பல நிறைந்த இச்சிற்பத்தை யாரும் கண்டார்களா என்பது எங்கும் சொல்லப்படவில்லை. ஆனால், அற்புத சரித்திரம் படைத்த இராஜசிம்மனை இப்போது கண்ட சிற்பிக்கு மன்னவன் தன்னைச் சிலையாகக் காட்டியதைப் பல கோடி கண்களும் காண வேண்டும் என்று விளக்க முற்பட்டதுதான் இப்புத்தகத்துக்கான பயணம். இனிவரும் பக்கங்களைப் படிக்கும் முன்னர், இங்கே காட்டப் பட்டுள்ள வேறு இரட்டைச் சிற்ப உதாரண படங்களான ரிஷப குஞ்சரம், சங்கர நாராயணன் சிற்பப் படங்களை ஒருமுறை உற்று நோக்கி பார்த்துக் கொள்ளுங்கள். அவை சுலபமாகப் புரிந்து கொள்ள உதவும். (படம்.16, 17)

இசைக் கலையில் பயிற்சி பெற்று, இசையில் இசைந்து வாழும் கலைஞனால், இசையுடன் பேசமுடியும். அசைந்தாடும் நடனக் கலைஞர் சிதம்பர நடராசனுடன் பேசவும் முடியும் போல, ஒரு சிற்பியின் எண்ணத்தில் விளைந்த மன்னனின் வடிவத்தை சிற்பமாக்கியதை ஒரு சிற்பியால்தான் முதலில் அறிந்து கொள்ளவும், இராஜசிம்மனின் சிலையோடு பேசவும் முடியும் என்பதில் சிற்பிகளுக்கு பெரும் நம்பிக்கையுண்டு. எனவே அந்த சிற்பியர் வழியில் வாழும் இப்புத்தக ஆசிரியருக்கும் பெரும் நம்பிக்கை இருப்பதில் வியப்பொன்றும் இல்லைதானே.

50

இராஜசிம்மன் காவியங்களின் இலக்கணங்களில் புலமை பெற்றவன். சங்கீதம் மற்றும் கலைகளை நன்கு அறிந்த மிகச் சிறந்த கலாரசிகன். அவனது புகழ் மகுடம் இரத்தினங்களுக்கும் மேலான இருநூறுக்கும் மேற்பட்ட சிறப்புப் பெயர்களால் அலங்கரிக்கப்பட்டன. அரிய சித்திர கிரந்த எழுத்துக்களைத் தந்தவனும், சைவத்தில் நாட்டம் நிறைந்த தனது தந்தை முதலாம் பரமேஸ்வரபல்லவனால் சிறப்புடன் வளர்க்கப்பட்டவன் இராஜசிம்மன். பரமேஸ்வரனின் கலை ரசனையையும், காவியங்களில் கொண்டிருந்த பற்றும், சிறந்த வீரனுமான பரமேஸ்வரனை அவனது கூரம் பட்டயம் நன்கு விளக்குகிறது[24]. இத்தனைச் சிறப்புகளுக்குச் சொந்தக்காரனான பரமேஸ்வரன், தனது புதல்வனான இராஜசிம்மனை, தன்னை மிஞ்சும் அளவுக்கு வளர்த்தெடுத்துள்ளான் என்பதற்கு இராஜசிம்மனின் புகழே சான்று.

கல்வெட்டுகள் கூறுவது போல பல்லவ வம்சத்தின் உயரே பறக்கும் கொடி போன்றவன் இராஜசிம்மன். இவனது மிகச்சிறந்த புலவர் காவ்யதர்ஷா எனும் இனிய இலக்கியம் தந்த தண்டியைக் கொண்டு, தனது அரசவையை அலங்கரித்தவன். நாட்டிய கலையில் புகழ்பெற்ற இரங்கபதாகை என்ற பட்டத்தரசியைக் கொண்ட வன். சித்திரக் காரப்புலி, விசித்திர சித்தன் மன்ற புகழ் பெற்ற கலைப்புலி மன்னன் மகேந்திரனின் பெரிய கொள்ளுப்பேரன். அர்ஜுனன் தவக்கோலக் காட்சியை மிகப்பெரிய அளவில் காவியமாக கல்லில் செய்துகாட்டிய கலைநாயகன் மகாமல்லன். மகாமல்லன் என்ற வாதாபி கொண்டானின் கொள்ளுப்பேரனே மனித சிங்கமான தன்னிகரற்ற இராஜசிம்மன். இராஜசிம்மன் தன்னைப் பொதுவான முறையில் தனியொரு சிலையாகக் காட்டாமல், ஒரு தன்னிகரற்ற கற்பனையில் உருவான இரட்டைச் சிற்பத்தில் நுட்பமாக, பொத்தி வைத்து நம்மை வியக்க வைப்பதற்குக் கையாண்ட காவிய யுக்திதான் இங்கு பேசப்படும் அற்புத சிற்பக் காப்பியம்.

இராஜசிம்மன் நம்மை வியக்க வைக்க இரட்டைச் சிற்பத்தில் மறைத்து வைத்துக் காட்டியதின் பின்னணி -எளிமை, தன்னடக்கம், மற்றும் மன்னனின் மதிநுட்பம் எனத் தெளிதல் தகும். இத்தனைப் பெரிய கோயில் கட்டியவன், பலப்பல புகழ் வாய்ந்த பெருமைகளுக்குரியவன்,

---

24 Mahalingam.T.V, *Inscriptions of the Pallavas, New Delhi, 1998, no.46,p.153-161*

எத்தனைப் பக்குவமாய் தன் முகத்தை எளிதில் சிற்பத்தில் வெளியில் காட்ட விரும்பாதவன் பாருங்கள். ஆம், இராஜசிம்மன் நிறைகுடம் தளும்பாத மிகச் சிறந்த கல்வியாளன்.

தமிழ் மற்றும் வடமொழி புலவர்கள் மிகப்பெருமையாகப் பேசும், மொழியின் கற்பனை வளம் மிகுந்த அலங்கார சிலேடை அணி இலக்கணத்தில் அதிக நாட்டம் கொண்டவன், வாயால் பேசப்பட்ட மொழிக் காவியத்தை சிற்பத்துள்ளும் உளியால் ஒளிர்க்கச் செய்ய முடியும் என்று சிற்பத்தில் ஒளிரக் காட்டியவன்தான் இந்த லலிதா விலாசன் என்ற மாமன்னன் இராஜசிம்மன். இவனது ஒவ்வொரு வாழ்த்துப் பெயரையும் தனது சிலைக்குள் ஒளிரச் செய்தவன் என அவனது சிலையை ஊன்றிப் பார்த்தால் அறியலாம். லலிதா விலாசன், சாஸ்திர திருஷ்டி, கலா சமுத்திரன், சித்திர கார்முகன், லோக சிகாமணி, உத்சாக நித்யன், ஆனூரசன், நயன மனோஹரன், மஹாப்ரபாவன், ஏகசுந்தரன், ஆஞ்ஞா வீரன், புருஷ சிம்மன், ஸ்ரீவிலாசன், கந்த ஹஸ்தி, காம விலாசன் போன்ற உள்ளம் கவரும் எண்ணற்ற விருதுப் பெயர்களை தனது சிற்பத்தில் உருவகப்படுத்திக் காட்டியவன்தான்   இராஜசிம்மன்.   இவனது   வரிசையான விருதுப்பெயர்களின் பொருள் அனைத்தும் பின்வரும் பக்கங்களில் கொடுக்கப்பட்டுள்ளது.

இராஜசிம்மன் தன்னை இன்னொரு உருவத்துள் மறைத்து வைத்துச் செதுக்கிய சிற்பத்தை, இங்கு 'இரட்டைச் சிற்பம்' என்றே சிறப்புடன் அழைக்கப்படுகிறது. இந்த சிலேடையான இரட்டைச் சிற்பம் கோயிலின் முன்புறம் இடையே உள்ள நீள் சதுர மகேந்திரேஸ்வரம் கோயிலை ஒட்டியுள்ள தென்புற வாசலில் செதுக்கப்பட்டுள்ளது (வரைபடம்.1).

பொதுவாக மேலோட்டமாகக் காண்பவர்க்கு, சிம்மவாஹினியாக 16 கரங்களுடன் இச்சிற்பம் தெரியும். ஆனால் சற்று நிதானமாகப் பாருங்கள், திரிலோகச் சக்கரவர்த்தி இரண்டாம் நரசிம்மன் என்ற இராஜசிம்மனும் அதில் கலைக் காவிய நாயகனாக எப்படி காட்சி தருகிறார் என்பது புரியும். ஆம், சிற்பத்தைப் பேசவைக்கும் சிற்பிக்கு, சிற்பத்துடன் பேசவும்முடியும் என்பதை இந்த அத்தியாயம் பேசும்.

சிற்பத்தின் அமைப்பை விளக்குவோம் (படம்.4). இரட்டைச் சிற்பம் சுமார் 6 அடி உயரத்தில் 16 கரங்களுடன் திமிறும் சிங்கத்தின் மீது ஆஜானுபாகுவாக வலப் புறத்தில் லாவகமாக உடலைச் சாய்த்து, அமர்ந்த

கோலத்தில் இடக்காலைத் தொங்கவிட்டு வலக்காலை தூக்கி இடது தொடையின்மீது மடக்கிவைத்து, ஐடாமகுடம் தரித்தவாறு, சிருங்காரரசம், ராஜஸ தாமச குணங்கள் கூடிய தன்மையுடன், உடலமைப்பைக் கொண்ட சிற்பமாக மிகநேர்த்தியுடன் அமைக்கப்பட்டுள்ளது.

பதினாறு கரங்களைப் பார்ப்போம். வலதுகீழ்க் கரம் இலகுவாகத் தொங்கவிடப்பட்டும், மற்றொரு வலது கீழ்க்கரம் வலது தொடை முன்கால் மீது கம்பீரமாக பாசக்கயிற்றின் மீது படிந்த கரமாகவும் உள்ளது. தனது வலக்கரம் கடக முத்திரையுடன் பாசக்கயிற்றின் மறுமுனையைப் பிடித்தவாறும், அதன் மேற்கரம் கீழ்நோக்கிய உடைந்துவிட்ட நீண்ட அங்குசம் பிடித்த கரத்தோடும் காட்சி அளிக்கிறது. அதன் மேல் இரு திருக்கரங்களில் ஒருகரம், அரசாள்பவர்களின் ஆணைச் சக்கரம் கொண்டதாகவும் இன்னொரு கரம் சக்ராயுதத்தை பிடித்தவாறும் உள்ளது. மேலும் ஒரு கரம் அம்பினை எடுக்கும் பாவனையிலும், மற்றொரு மேற்கரம் கடக முத்திரையுடனும் செதுக்கப்பட்டுள்ளது. இவ்வாறு, வலப்புறம் எட்டு கரங்களைக் காணலாம்.

இப்போது சிற்பத்தின் இடப்புறம் எட்டு கரங்களில், கீழ்க்கை அமர்ந்த நிலையில் இடுப்பில் கம்பீரமாய் வைத்தவாறும், அதே கம்பீர பாவனையில் அதன் மேல் கரம் உயரமான வில் பிடித்த கோலத்துடனும், மூன்றாம் கரம் கடக முத்திரையுடனும், அதனருகில் ஒரு கரம் வஸ்திரம் கொண்டதாகவும் வடிவமைக்கப்பட்டுள்ளது. இன்னொரு கரம் விஸ்மயம் என்ற ஆச்சர்ய கரமாகவும் மற்ற மூன்று கரங்கள் முறையே சங்கு, ஈட்டி மற்றும் திரிசூலம் ஏந்தியபடியும் செதுக்கப்பட்டுள்ளது.

சிற்பத்தின் வலப்புறம் மேலே அந்தரத்தில் குடை செதுக்கப்பட்டுள்ளது. ஆனாலும் இங்கு உற்று கவனிக்க வேண்டிய ஒன்று என்னவெனில், இன்னொரு குடை நிலத்திலிருந்து நீண்ட கைப்பிடித் தடியுடன் சித்தரிக்கப் பட்டுள்ளது. சிங்கத்தின் வால் சீறும் மூன்று தலை பாம்பொன்று படமெடுத்து நிற்கும் பாவனையில் மிக விசித்திரமாகச் செதுக்கப்பட்டுள்ளது.

சாட்டை போன்ற பாசக்கயிறு தொடையில் வைத்த கரத்தில் தொடங்கி, உடலின் குறுக்காக இடப்புறம் சென்று சிற்பத்தின் உடலைச் சுற்றி வலப்புறமாக மீண்டும் குறுக்கே வந்து தனது வலக்கரத்தில் முடிவைக் கொண்டதாக அமைக்கப்பட்டதாக அனுமானிக்க முடிகிறது.

இந்த சாட்டை போன்ற அமைப்பின் பெரும்பாலான பகுதிகள் சிதிலமடைந்துள்ளன.

இத்தகைய தோற்றப் பொலிவுடன் சிங்க வாகனத்தில் இத்தனை ஆயுதங்கள், பாவனைகளோடு சிற்பம் குறித்த உருவ இலக்கணம், சாத்திரங்களில் இதுவரைக் காணக் கிடைக்கவில்லை. மேலும் இதேபோன்ற பாவனையில் இதேபோன்ற ஆயுதங்களுடன், கரங்களுடன் இன்னொரு சிற்பம் வேறெங்கும் செதுக்கப்படவும் இல்லை. லலிதா பரமேஸ்வரியின் அம்சங்களுடன் இச்சிற்பம் அமைக்கப்பட்டுள்ளதை உணர முடிகிறது.

எனினும், இச்சிற்பத்தில் இன்னொரு சிற்பத்துக்கான வடிவமும் கோர்த்து வைத்துச் செதுக்கப்பட்டதாகவே தெரிய வருகிறது. முடிவில் இது இருவேறு உருவங்களை ஒரே சிற்பமாகத் தெரியும் வகையில் செதுக்கப்பட்ட இரட்டைச் சிற்பம் என்று சொல்லக்கூடிய வகையில் சிந்தித்து முடிவுக்கு வர இயலும். பொதுவாக மரபுச் சிற்பங்களில் ஒரு சிற்பத்தின் பாவனைகள் மற்றும் ஆயுதங்கள் அச்சிற்பம் எது அல்லது யாரைப் புலப்படுத்துவதற்கு அமைக்கப்பட்டது என்பதெல்லாம் காண்போர் வெளிப்படையாகப் புரிந்து கொள்ளும் வகையிலேயே சிற்பங்கள் செதுக்கப்படும் என்பதே சிற்பக் கலையின் அழகியல் கோட்பாடாகும்.

காஞ்சியின் காமக் கோட்டத்தில் வீற்றிருக்கும் உலக நாயகி லலிதா பரமேஸ்வரி, திரிபுர சுந்தரி என்றெல்லாம் அழைக்கப்படும் இந்த சிம்மாசன ஈஸ்வரியின் சிற்பம், இப்புத்தக ஆசிரியர் அறிந்த வரையில் முதன்முதலாக இங்குதான் சொல்லப்படுகிறது. இந்நூலாசிரியரின் கருத்தை வலுப்படுத்தும் நோக்கில் சொல்ல வேண்டியது யாதெனில், இன்னொரு சிற்பத்துக்கான உருவம் இந்த லலிதாவின் சிற்பத்தில் கோர்த்துச் செய்யப்பட்டுள்ளது என்றால் அது மன்னன் இராஜசிம்மனின் உருவம்தான் என்பதை நூலாசிரியர் உறுதி செய்கிறார்.

அதாவது, பல்லவர் வரலாற்றில் செதுக்கப்பட்ட மிக அதிசயமான இந்த இரட்டைச் சிற்பத்தின் மற்ற கரங்களையெல்லாம் திரையால் மறைத்து விட்டு அல்லது மறந்து விட்டு சிற்பத்தின் வலது தொங்கவிட்ட கரத்தையும் இடது இடுப்பில் கை வைத்த பாவனையையும் உற்று

நோக்குங்கள், அங்கே ஆஜானுபாவன் இராஜசிம்மன் நமக்குக் காட்சியளிப்பார், நம்மையும் பார்த்து நலம் விசாரிப்பார். இது மொழியில் நாம் அறிந்த ஒரு சொல், பலபொருள் என்ற சிலேடை அணியிலக்கணம் சிற்பத்திலும் இராஜசிம்மன் பயன்படுத்திய சிற்ப மொழி.

இப்படியாக பன்னிரு கோலங்களில் நமக்குக் காட்சி கொடுக்கிறார் இராஜசிம்மன். மிகமிக முக்கியமாக லலிதாவிலாசன் என்று இக்கோயில் கல்வெட்டில் அழைக்கப்பட்டவன் இராஜசிம்மன் என்பதை இங்கே இச்சிலையின் கருத்தாகச் சொல்ல வேண்டியதிருக்கிறது[25]. லலிதா விலாசன் என்றால் லலிதா பரமேஸ்வரியிடம் வாழ்பவன் என்று அர்த்தப்படுத்திக் கொள்ள வேண்டும். தமிழ் மற்றும் வடமொழி புலவர்கள் மிகப்பெருமையாகப் பேசும் சிலேடை என்ற அலங்கார அணியை தனது சிற்பத்தில் காட்டி உருவகப்படுத்தியவன்தான் இராஜசிம்மன். அப்படியெனில் திரிலோகநாதன் என்ற பக்தன் திரிபுர சுந்தரி என்ற அன்னை லலிதாவோடு இரண்டறக் கலந்த நிலையை சிற்பத்தில் காட்டுவதாக, இராஜசிம்மனே சொல்வதாகவும் பொருள் கொள்ளலாம். சைவ சித்தாந்தம் பேசும் சாயுஜ்யம் என்ற பரம்பொருளோடு, பக்தன் இரண்டறக் கலக்கும் நிலையை அறிந்தவன் இராஜசிம்மன் என்பதை அவனே தன்னை சைவ சித்தாந்த நெறியில் நடப்பவன் என்று காலத்தால் அழியாத கருத்தை, காலத்தால் அழியாத கல்லில் எழுதிச் சொல்வதின் பொருளும் இதில் பொருந்தி வருகிறதே[26]. உண்மை பக்தனின் அத்வைதமெனும் (ஒன்றுதல்) கருத்தை தன்னை மறந்து வணங்கும் பக்தனும் பரம்பொருளும் வேறு வேறல்ல என்பதை திருமந்திரம் அழகாகச் சொல்கிறது[27].

'சித்தம் யாவையும் சிந்தித்து இருந்திடும்

அத்தன் உணர்வ தாகும் அருளாலே

சித்தம் யாவையும் திண்சிவம் ஆனக்கால்

அத்தனும் அவ்விடத்தே அமர்ந் தானே'

---

25 *South Indian Inscriptions, Vol.1, 25.53*

26 *Ibid., 24.5*

27 *திருமந்திரம். 1582*

முழுமையான பரம்பொருள் சிந்தனையில் இருக்கும் பக்தனின் ஜீவனே பரம்பொருளாகிவிடும் என்பதே இதன் உட்பொருள் என்பதை அறிந்தவன் இராஜசிம்மன்.

முதலாவதாக, லலிதா பரமேஸ்வரி என்று சொல்வதற்கு சிலையில் கம்பீரமும் எழிலும், சிம்ம வாகனமும், கரங்களில் சங்கு, சக்கரம், வில், அம்பு மற்றும் பல ஆயுதங்கள் காரணங்களாகத் திகழ்கின்றன. முன் சொல்லியவாறு, இதேபோன்ற லலிதா பரமேஸ்வரி சிற்பம், பல்லவர் காலத்தில் வேறு எங்குமே செய்யப்படவில்லை என்பதை சற்று சிந்திக்க வேண்டும்.

முன்னர் சொன்ன இராஜசிம்மன் காலத்துக்கு முற்பட்ட பிரம்மாண்ட புராணத்தில் திரிபுர சுந்தரி என்ற லலிதா பரமேஸ்வரி, தசரதனுக்குப் பிரதானமாக பாசக் கயிறு, அங்குசம், வில், அம்புடன் காட்சி தருகிறாள்[28]. லலிதாவின் எத்தனையோ பெயர்களையும் பிரம்மாண்ட புராணம் வர்ணிக்கிறது[29]. இத்தனைப் பெயர்களைத் தாங்கிய இப்புராணம் ஏற்படுத்திய தாக்கம்கூட, இராஜசிம்மனுக்கு உந்துசக்தியாக விளங்கியதால்தான், தனது பல்வேறு பெயர்களை கல்வெட்டுக்களாக்கி சென்றானோ என்றும் நம்மை எண்ண வைக்கிறது இக்கோயிலின் கல்வெட்டுக்கள்.

பிரம்மாண்ட புராணத்தில் ஐந்தாம் அத்தியாயத்தில், இதே காஞ்சியில் அகத்திய முனிவரும், ஹயக்கிரீவரும் கொண்ட உரையாடல் லலிதோபாக்யானம் என்ற தலைப்பில் பேசப்படுகிறது. பிரம்மாண்ட புராணம் லலிதாம்பிகையை காஞ்சியின் ராணியாக அதாவது மகா சிம்மாசன ஈஸ்வரியாக, காஞ்சியின் காமகோட்டத்து காமேஸ்வரியாக, காமாட்சியாக, பாசம், அங்குசம், வில் அம்புடன் காட்சி தருபவளாக, சக்ரேஸ்வரி, மகாலக்ஷமி மற்றும் பல நூறு பெயர்களுடன் வர்ணிப்பது அனைவரும் அறிய வேண்டிய ஒன்று.

மேலும் பிரம்மா, பைரவர், தசரதன் காஞ்சியில் காமேஸ்வரியை காமக்கோட்டத்தில் வணங்கியதை பிரம்ம புராணம் மிகமிக விரிவாகப்

---

28 *Brahmanda Purana, V.40.99-100*

29 *Ibid., V*

பேசுகிறது[30]. பிரம்மா, விஷ்ணு, ஈசனுக்கெல்லாம் ஆதி யானவளாக, உலகைப் படைத்து, காக்கும் இந்த காமேஸ்வரியான லலிதா, இராஜசிம்மனின் இதயத்தில் வசிப்பவள் என்பதை வலியுறுத்தவே, இராஜசிம்மன் தன்னை லலிதா விலாசன் என்று கல்வெட்டில் எழுதிச் சொல்கிறான் போலும் என மீண்டும் எண்ண வைக்கிறது. எனவேதான், காஞ்சியின் மகாராணியான இந்த திரிபுர சுந்தரியின் சிற்பத்தில் காஞ்சியின் மன்னனாக தன்னை சிலேடைச் சிற்பமாக காட்டியிருப்பதை உணரமுடிகிறது.

ஆம்... லலிதாபரமேஸ்வரியின் சிற்பத்தின் ஒவ்வொரு அபிநயமும் மிகச் சரியாக இராஜசிம்மனையும் புலப்படுத்துவதாக எண்ணும்போது கண்டிப்பாக, இராஜசிம்மன் மிகமிக நுட்பமாக சிந்தித்தே இச்சிற்பத்தை எழுப்பியிருக்க வேண்டும் என்பது திட்டவட்டமாக புலப்படுகிறது. பிரம்மபுராணம் லலிதாவின் புகழை பல்வேறு பெயர்களில் பேசுவது போலவே கைலாசநாதர் ஆலய கல்வெட்டுக்கள், மன்னன் இராஜசிம்மனை பல்வேறு பெயர்களில் புகழ்பாடுகிறது. மகா சிம்மாசன வாஹினி, திரிலோக வாசினி, திரிபுர சுந்தரிக்கு எத்தனை பொருத்தமாக உள்ளதோ அத்தனை பொருத்தமாக திரிலோக சக்கரவர்த்தி எமக் கல்வெட்டுக்கள் பாடும் இராஜசிம்மனுக்கும் இச்சிற்பம் அதிநுட்பமாகப் பொருந்துவதாகவே தோன்றுகிறது என அறியலாம்.

அதேவேளையில், கம்பீரமாக அமர்ந்த கோலமும், வலதுபுறம் கீழே தொங்க விட்ட வலக்கரமும், இடதுபுறம் இடுப்பில் கை வைத்த கோலமும், வலது காலை இடது காலின் மீது மடித்துத் தூக்கி வைத்த அமைப்பும், ஒரு சக்ரவர்த்திக்கான கம்பீர தோற்றமாகவே காணப்படுகிறது (வரைபடம்.5). எனவே, இது ஒரு இரட்டை சிற்பம் அல்லது இரு உருவங்களைக் கொண்ட சிற்பம் என்று சொல்ல இடம் இருக்கிறது.

முதலாவதாக, வேறெந்த சிற்பத்திலும் தனது உருவைச்சிலேடையாகக் காட்ட இயலாது என்பதை நன்கு அறிந்தவன் இராஜசிம்மன். எனவேதான் லலிதா பரமேஸ்வரியை வேறெங்கும் காணாத வகையில், தனது உருவில் லலிதாவின் உருவை காட்டத் தக்க முறையில் காட்டியதுதான் இராஜசிம்மனின் அறிவாற்றல் ஆகும்.

---

30 *Brahmanda Purana, V.5. 40.103,104*

இரண்டாவதாக, இரட்டைச் சிற்பம் என்ற கருத்தை மொழி இலக்கணம் வாயிலாக வலியுறுத்த வேண்டியது இங்கு அவசியமாகக் கருதப்படுகிறது. எப்படியெனில், சிற்பம் பேசும் மொழி சிற்ப மொழி ஆகும். எப்படி ஒரு மொழிக்கு இலக்கணம் உண்டோ, அதே இலக்கணம் தான் சிற்ப மொழிக்கும் உண்டு.

குறிப்பாக, தமிழ் இலக்கணத்தில் ஒரு சொல், பல பொருள் என்ற சிலேடை அணி இருக்கிறது. தமிழ் இலக்கணம் தண்டியலங்காரம் சிலேடையணி குறித்து விளக்குகிறது[31]. அதே இலக்கணம் சிற்பம் பேசும் சிற்ப மொழிக்கும் இருக்கத்தான் வேண்டுமல்லவா? சமஸ்கிருத மொழியில், இது அலங்கார வகை சிலேசம் என்று அழைக்கப்படுகிறது[32]. சிலேசம் குறித்து சமஸ்கிருத மொழியில் உள்ள காவியங்கள் மிக விரிவாகப் பேசுகின்றன. இராஜ சிம்மனின் அவைப் புலவர் தண்டி எழுதிய காவ்யதர்ஷா என்ற சமஸ்கிருத காவியம் அலங்கார வகை சிலேசம் குறித்து விளக்குகிறது[33]. வேதத்தை அடிப்படையாகக் கொண்டு, பத்ரிஹரியால் எழுதப்பட்ட வாக்கியப்படியா சமஸ்கிருத மொழி இலக்கண நூலும் அக்காலத்தில் பிரசித்தி பெற்றிருந்தன என்பது அறியத்தக்கது.

இனி இரட்டைச் சிற்பத்தின் உள்ளார்ந்த சிற்ப மொழியை இங்கு விளக்குவோம். இது இராஜசிம்மன் கற்றுத்தந்த சிற்பக் காவிய அலங்காரம் என்றால் மிகையில்லை.

சிற்பம் பேசுகிறது என்றால் இதன் பொருள் என்ன? பேசும் மொழி என்ன? பேசும் மொழிக்கு இலக்கணம் யாது? இங்கு பேசப்படும் இரட்டைச் சிற்பம் சொல்லும் கருத்தை மொழி இலக்கணம் மூலம் உறுதிப்படுத்த முடியுமா? முடியும் என்பதை இனி காண்போம்.

சிற்பத்தை எப்படிச் செய்தால் என்ன பேசும் என்ற தன் திறம் கொண்ட ஆதி மய சிற்பிகளுக்கு சிற்பங்கள் மிகவும் நெருக்கமானவைகள். சிற்பங்கள் எளிதில் மயக்கலைஞர்களிடம் பேசும். காரணம் சிற்பிகள்

---

31 *ed.*நா. பாலகிருட்டிணன், *தண்டியலலங்காரம்,5.3*

32 *ed. Ray.K, Mahakavi Dandi's Kavyadarsha, ISBN 81-8741-84-2,II-310*

33 *Ibid.*

தானே, சிற்பத்தை நேசித்து பேச வைப்பவர்கள். மேலும் சிற்பியால் பிறந்ததுதானே சிற்பம்!

இன்று வரை அழியாமல், சுமார் பல்லாயிரம் ஆண்டுகள் தொன்மை சிறப்பு வாய்ந்த உலகின் ஒப்பற்ற மொழி பாரத நாட்டின் மரபுச் சிற்ப மொழியாகும். உலகின் அனைத்து மொழிகளைப் பேச வல்லதும், மதம், மொழி, நில எல்லைகள் கடந்து அனைவருடனும் பேசும் சக்தி சிற்பக் கலைக்கு உண்டு. உலகையே தன் குடையின் கீழ் ஆட்சி செய்யும் சிறப்புத் தன்மை, பாரத சிற்பக் கலைக்கே உண்டு. அந்த உயரிய சிறப்பு என்னவெனில், பாரத நாட்டு மரபுச் சிற்பிகள் செதுக்கும் சிற்பம் உண்மையில் நாம் காணும் உருவங்களின் நகல் அல்ல, மாறாக செதுக்கவுள்ள சிற்பத்தின் தன்மையை, பண்பை சிற்பியொருவன் ரசித்து அனுபவித்து, அதன் சுவையுணர்வை காண்போருக்குக் கொண்டு செல்வதுதான் நமது மரபுச் சிற்பம்[34].

உதாரணமாக, சிற்பிகள் செதுக்கும் சிங்கச் சிற்பங்கள் வனத்தில் உலவும் சிங்கத்தை அப்படியே காட்டும் நகல் அல்ல. மாறாக, சிங்கத்தின் வீரத் தன்மையைக் காட்ட சிங்கவாலைக் கூட சீறும் மூன்று தலை நாகமாக, கற்பனையால் (காஞ்சியின் இரட்டை சிற்பத்தில் உள்ள சிங்கம் போல) செய்து காட்டுவதுதான் படிமம் எனப்படும் மரபுச் சிற்பம். படிமம் எனில் மனதில் உருக்கிய உணர்வை, வெளியே படிந்து உறைய வைப்பது. இப்படித்தான் மரம், செடி, கொடி, பறவைகள், விலங்குகள், மாந்தர்கள், மன்னர்களின் வடிவக் கோலங்கள் அனைத்தும் சிற்பிகளின் மனதில் கருவாகி, உருவாகி, சுமந்து சுகமான வலியில் பிறந்த தன்மையை உருவகப்படுத்தச் செய்யப்பட்ட படிமங்கள். தாம் உணர்ந்த இறையின் தன்மையால் நம்மையெல்லாம் வணங்க வைத்ததும் இந்த அதிசய படிமக் கலையே.

எனவே, சிற்பம் பேசுகிறது என்றால் அது உயிர் கொண்ட சிற்பம் எனப் பொருளாகும். அச்சிற்பத்தில் சிற்பவியல் கோட்பாடுகள், அழகியலோடு செதுக்கப்பட்டுள்ளது எனவும் பொருள் கொள்ளல் வேண்டும். ஒரு சிற்பம் செதுக்கப்படுவதின் நோக்கம், காண்போரை

---

34 கணபதி ஸ்தபதி. வை, சிற்பச் செந்நூல், தொழிற்நுட்பக் கல்வி இயக்ககம், சென்னை, 1978, அத். 17, ப.145-148.

சிற்பம் சொல்ல வரும் கருத்தோடு, கலக்க வைத்து லயிக்கச் செய்வதும், காண்போர்தனை மறக்கச் செய்வதுமாகும். இதுவே ஏகாந்த நிலை.

சிற்பியொருவன் தான் உருவாக்கும் சிற்பம் எக்கருத்தைச் சொல்ல உருவாக்கப்படுகிறதோ, அவன் அக்கருத்தை உணர்ந்து, அக்கருத்தில் வாழ்ந்து, அதுவாகவே மாறவேண்டும் எனும் நிலையில்தான், அவன் அனுபவித்த ஒன்றைக் காண்போரும் அனுபவிக்கச் செய்ய முடியும்.

உதாரணமாக, சிற்பியானவன் புத்தர் சிற்பம் உருவாக்க வேண்டுமெனில், அவன் அகத்தில் புத்தனோடு வாழ்ந்து, புத்தனாக வாழ்ந்து, புத்தனாகவே மாறினால்தான் சிலையில் புத்தர் வருவார்... உயிர் பெறுவார். எனவே, பாரத நாட்டின் மரபுச் சிற்பங்கள் வெறும் கல் அல்ல. அவைகள் உயிர் வைத்து செதுக்கப்பட்ட உயிர்க் காவியங்கள். அதனால்தான், கடவுளாக வணங்கும் சிற்பத்திடம் வேண்டிய வரங்களைப் பெற முடிகிறது.

பொதுவாக, எம்மொழி இலக்கணமும் இந்தச் சிற்பங்கள் பேசும் சிற்ப மொழிக்குப் பொருந்தும். இங்கே தமிழ் மற்றும் சமஸ்கிருத இலக்கண முறைகள் ஆங்காங்கே விளக்கம் கூற பயன்படுகின்றன.

தமிழ் மொழி இலக்கணப்படி எழுத்து, சொல், பொருள், கட்டு, அணி குறித்து விளக்கி நாம் பேசிடும் மொழி இலக்கணமும், சிற்பம் பேசிடும் சிற்பமொழி இலக்கணமும் வேறு வேறல்ல... என்பதை அறிய வைக்க இங்கு மேலும் விளக்கம் அளிக்கப்படுகிறது. உருவம் படைக்கும் சிற்பியின் கோணத்தில் மனோதத்துவ மற்றும் அறிவியல் நுட்பமாய் இங்கே விளக்கப்படுகிறது. நுட்பம் அறிய கலை மீது ஆழ்ந்த ஈடுபாடும், ஒருமித்த நோக்கும் உடையோர்க்கு எளிதில் இது விளங்கும். மற்றோர் இதனை சில முறை மீண்டும் படிக்க வேண்டும்.

தமிழ் மொழியிலக்கணத்தில் காணப்படும் எழுத்து, சொல், பொருள், கட்டு (யாப்பு), அணி எனப்படுபவைகள் தமிழ் மொழியிலக்கணத்துக்கு மட்டுமே பொருந்துவது அல்ல, மாறாக, அனைத்து மொழிகளுக்கும் பொருந்துவதாகும். இவை பிரபஞ்சத்தின் படைப்பியல் தன்மைகள் ஆகும். *(qualities of creation)* இவற்றை ஐந்தியல் (ஐந்து இயற்கையின் இயல்புகள்) என ஐந்திற நூல் கூறுகிறது. *(five qualities of nature)*[35]. இது

---

35 ஐந்திரம், தொழில் நுட்பக் கல்வி இயக்ககம், சென்னை.25, *v.8,36,38,40.*

உள்ளும் வெளியும் என்ற அகத்திலும் புறத்திலும் நிகழ்ந்து கொண்டேயிருக்கும் இயல்பின் அதிசயம். இந்த ஐந்தியல்புகள் கண்ணால் பார்க்கப்படும் உருவங்கள் மற்றும் காதால் கேட்கப்படும் சப்தங்கள், பாடல் உருவாக்கப் பயன்படுத்தப்படும் திறன்கள் ஆகும். இந்த ஐந்தியல்புகள் மொழிகளுக்கு மட்டுமின்றி, இசைக்கும், நாட்டியத்துக்கும், சிற்பத்துக்கும், கட்டடங்கள் இயற்றுதலுக்கும் பயன்படுபவைகளாகும். சொல்லவரும் கருத்தை நமக்கு வெளிப்படுத்துவதால் மொழியிலக்கியம், இசை, நாட்டியம், சிற்பம், கட்டடம் எனும் ஐந்துமே ஐம்மொழிகள்தான்.

எழுத்து எனும் குறியீடு ஒளியணுக்களால் கூடியது[36]. எழுத்தை ஒளியுரு அல்லது திடவுரு என்றும் ஆங்கிலத்தில் *morphology* எனலாம். சொல் எனப்படுவது ஒளியணுக்களால் சேர்ந்தது[37]. இதனை *phonotics* என்று ஆங்கிலத்தில் சொல்லலாம். பொருள் என்பது பொருண்மை என்றும் தோற்றுவாய், கருத்து, அச்சு என்றும் ஆங்கிலத்தில் *semantics, pragmatics, matrix, imagination, dye, mould, impression, experience* என்றும் மனதில் பதிய வைக்கலாம். யாப்பு அல்லது கட்டு எனப்படுவது அளவுக் கணக்கு, கணக்கீடு என்றும், ஆங்கிலத்தில் *syntax, order, arrangement* எனக் கொள்ளல் தகும். இறுதியாக அணி எனப்படுவது, அலங்காரம், உயிரைப் போர்த்திய உருவம், வெளித்தோற்றம், *figure, image, manefestation, shield, body, expression* என்றெல்லாம் தெளிந்தறியலாம். சரியான அளவீட்டில் மனதில் உள்ளே தோன்றிய கருத்து எனும் அச்சில் வெளியில் திடப்பொருள் அணுக்களை நிரப்பினால் கிடைக்கும் வார்ப்பு அல்லது படிமம்தான் சிற்பம் என்பதை நினைவில் கொண்டால், நம் உள்ளம் பூரிக்கும் படைப்பின் பேரதிசயம் புரியும். இந்தப் பிரபஞ்ச ரகசியம்தான் இன்றும் மரபுச் செப்பு சிற்பங்கள் வார்க்க, தொன்றுதொட்டு நிகழ்த்திவரும் தொழில் முறையாகும்.

குறிப்பாக, நடராசர் செப்புப் பதுமை உருவாக்க, முதலில் அளவீடுகளால் கரு செய்து அச்சு உருவாக்கப்படும். பின்னர், அந்த அச்சில் செம்பு உருக்கி ஊற்றப்படும். இந்த அச்சிலிருந்துதான் தோடுடைய செவியன் வார்க்கப்பட்டு கை வீசி தூக்கிச் சுழலும் பாதத்தோடு நின்றாடுகிறார். மனதில் தோன்றும் ஒவ்வொன்றும் இறுதியில் உருவாக்கம்

---

36 *Dakshinamoorthy.K, The Introspection in Indian Architecture, 3.p.29*

37 நன்னூல், 58.

கொண்டு, சொல்லவரும் கருத்தை உயிராகக் கொண்டதே மொழியின் பிரபஞ்சக் கொள்கையாகும். இப்படித்தான் மனதில் ஒலிக் கணக்கீட்டில் உருவான கருத்துக்கு உருவான ஒலியச்சில் நிரப்பப்படும் ஒலியணுக்கள்தான் சொல்லாக... ஏன், தியாகராஜரின் கீர்த்தனைகளாகவே வார்க்கப்படுகிறது என்பதும் இதே பிரபஞ்ச இரகசியமே.

எனவே இங்கே 'ஒளியில் விளையும் எழுத்தும் - சிற்பமும் ஒன்றே' என்பதும், ஒலியில் மலரும் 'சொல்லும்-பாடலும்' ஒன்றே என்பதும் அறியலாம். ஆடலான் உருவத்தில் சிற்பி சொல்ல வரும் இக்கருத்தை 'டமருவிலும்-தீப் பிழம்பிலும்' காட்டும் பிரபஞ்ச ஒலி-ஒளிக் கொள்கையை உதாரணமாகக் கொண்டு நடராசனை சற்று உற்று நோக்குங்கள் (வரைபடம்.4). இதுதான் மொழிக்கு மட்டுமல்ல பிரபஞ்சத்தின் விதியுமாகும்.

இதனை இன்னும் ஆழமாகச் சிந்தித்தால், சிற்பம் இயற்றதலுக்கான அதிசயம் ஒன்று, புறத்தில் நிகழ்வதையும் அதுவே அகத்தில் முன்னரே நிகழ்ந்ததாகவும், நம்மை அறியவைக்கும் மாபெரும் நுட்பத்தை இனி காண்போம். இப்போது இந்த இரட்டைச் சிற்பம், மூன்று முக்கியமான கூறுகளைக் கொண்டுள்ளது. அது முன்னர் விளக்கிய ஒளி, ஒலி மற்றும் பொருண்மை என்று சொல்லக்கூடிய எழுத்து, சொல், பொருள் என்பனவாகும். இவைதான், கட்டுப்பாடுடன் கூடிய யாப்பாகவும், அந்த யாப்பினால் பொருண்மை எனும் உயிரைச் சூழ்ந்த சிற்பம் என்ற அணியாகவும் மலர்கிறது.

சிற்ப மொழியில் அறியப்படும் மொழி உண்மையில் ஆடலுக்கும், பாடலுக்குமான மொழி என்பதை யாராலும் மறுக்க முடியாது. முதலில் மனதின் உள்ளே வரைந்த படம்தான் வெளியில் சித்திரமாகப் பரிணமித்து, சுவற்றில், பாறையில் வரைந்து (*pictorial language*) பின்னர் பகுத்தறிந்து எட்டப்பட்டதே எழுத்தும், சிற்பங்களும் என்பதை புரிந்து கொள்ளல் அவசியம்.

இப்போது சிற்பத்துக்கு வருவோம். மனதில் முதலில் எண்ணப்பட்டதே, அகஉருவாக, மனச்சித்திரமாக, உள்ளே பரிணமிக்கிறது. அகத்தில் தோன்றாததை, புறத்தில் தோற்றுவிக்க முடியாது. அதாவது அகத்தில் முற்றுப்பெறாத ஒன்று வெளியில் துவங்காது என்பது உண்மைக் கருத்து. அகத்தில் எண்ணுவது என்பது ஒரு கணக்கு தொடர்புள்ளது. அது

ஒன்று, இரண்டு, மூன்று என பல எண்ணிக்கை எனும் பிரமிடு போன்ற சூக்சும அடுக்குப் படிநிலைகளைக் கொண்டது. இதுதான் வணக்கத்துக்குரியது. இந்த எண்ணுதல் உள்ளே ஒரு முணுமுணுத்தல் என்ற மிக மெல்லிய ஒலியணுக்களால் ஓசையை எழுப்பவல்லது. இந்த எண்ணம் என்ற ஒலி எண்ணிக்கையில் செதுக்குவதே ஒளி என்ற மனச்சித்திர நுட்பம் என்று நுட்பமாய் புரிந்து கொண்டால், சிற்பம் உள்ளத்தில் உருவாகும் நுட்பம் புரிய வரும்.

ஒளியணுக்கள் பல கொண்டதே சித்திரம் என்ற சிற்ப வடிவம். இந்த ஒலி, ஒளி நுட்பமே கருவாகும். இதுவே முன்னர் சொன்ன அச்சாகும். இந்த அகத்தின் நுட்பக் கருவே, புறத்தில் சிற்பமாக உருவாகிறது. இந்த அகத்தின் அச்சில் ஊற்றப்பட்ட செப்பு மேனியனான உலகைப் படைத்தவனான ஆடல் வல்லானை, சிற்பமாக சிற்பிகள் பிறக்க வைக்கின்றனர். அகத்தில் தோன்றிய வடிவை புறத்தில் காட்டுவதற்கு அகத்தில் இயற்கை கையாண்ட அத்தனை கூறுகளையும், அதே படிநிலைகளில் ஒலியணுக்கள் கூடிய ஒலியெனும் அளவுக்கூறுகளோடும், ஒளியணுக்கள் கூடிய ஒளியெனும் வடிவக் கூறுகளோடும் உருவாக்கப்படுவதுதான் நாம் காணும் இராஜசிம்மனின் சிற்பம்.

சிற்பமும் எழுத்தும் ஒன்றுதான். எழுத்து வடிவங்களும் இப்படித்தான் உருவாகின்றன. அவ்வையாரும், வள்ளுவரும் கூறும் எண்ணும், எழுத்தும் இவைதாம் என்பதும் அவர்கள் கூறும் கண் எனப்படுவது பொருண்மையை அடையாளப்படுத்தும் தோற்றுவாய் என்பதும் சிற்பிகள் போன்ற படைப்பாளிகள் கண்களுக்கு புலப்படுபவைகள். இப்படியாக பல்வேறுபட்ட வடிவங்கள் பொருள் எனும் கருத்துக்குத் தகுந்த சிற்பங்களாக உருவாக்குவதற்கு தகுந்த அளவுகளை தகுந்த விகிதங்களில் கட்டுக்குள் பயன்படுத்தலே யாப்பு எனப்படுவதாகும். அளவு மாறினால் வடிவமும் அதன் பெயரும் பொருளும் மாறும் என்பது சிந்திக்கத் தக்கது.

'இராஜசிம்மன் தனது வரலாற்றில் மனதைக்கவரும் விண்ணை முட்டும் பெருங்கோயில்களைக் கட்டியவன், சிறந்த கல்வியாளன், கலாரசிகன், மக்களை காத்தவன், வீரம் நிறைந்தவன், எதிரிகளை வீழ்த்தியவன் என இன்னும் பல 200க்கும் மேலான விருதுப் பெயர்களால் பாராட்டைப் பெற்றவன். இத்தனை புகழ்வாய்ந்த இராஜசிம்மன், தாம் வணங்கும் சிவபிரான் முன்பு ஒரு எளிமையான

மாசற்ற ஜீவன் என்பதை புலப்படுத்த விரும்பியே, இச்சிலையை இப்படிச் செய்ய முற்பட்டான். அதாவது, தன்னுடைய உருவச் சிற்பம் என பார்த்தவுடன் அறியாதவாறு, இரட்டைச் சிற்பமாகக் காட்டவேண்டும் என்ற கூரிய சிந்தனையில், அமைக்கப்பட்டதே காஞ்சியின் இக்காவியச் சிற்பம் எனத் தெரிகிறது.

'காஞ்சியின் மாமன்னன் லலிதாவிலாசன் இராஜசிம்மனையும், அவனின் இதயம் என்ற சிம்மாசனத்தில் வீற்றிருக்கும் மகாராணி மகாசிம்மாசனேஸ்வரி என்ற லலிதா பரமேஸ்வரியையும் ஒரே சிற்பத்தில் இரு வடிவங்களைக் காட்ட வேண்டும்' என்ற பொருண்மையே இச்சிற்பத்துக்கு உயிராகும். இந்தப் பொருண்மை என்ற உயிரை தன்னகத்தில் கொண்டதே உருவம் என்ற அணியாகும். இப்படித்தான் மொழி இலக்கணமும், சிற்ப மொழி இலக்கணமும் ஒரே கோட்பாட்டைக் கொண்டது. இதை மேலும், மேலும் உற்று நோக்குங்கள். பலமுறைப் படியுங்கள். அப்போது புதிய ஆய்வுகளுக்கான விடியல் பிறக்கும்.

இங்கு யாப்பு, அணி என்பதை மீண்டும் வலியுறுத்திச் சொல்லவேண்டும். அணி என்பதை அணிதல், போர்த்தியிருத்தல், சூழ்ந்திருத்தல், அலங்கரித்தல் என்று நாம் பொருத்தி அர்த்தப்படுத்திக் கொள்ள வேண்டும். நமது ஆன்மா போர்த்தியிருக்கும் அங்கியே, தோல் போர்த்திய நம் உடல் (அணி) என்றும் விளங்கிக் கொள்ளலாம். நமது எண்ணக் கருவில் உதித்த அச்சானது, அங்கி என்ற உருவை தரித்த கோலம்தான் அணியாகும். கருத்தரித்தல் பொருள் எனில் உருத்தரித்தல் அணியாகும். தமிழ் இலக்கணம் தண்டியலங்காரம், சிலேடையணி குறித்து மிக அழகாக விளக்குகிறது. சமஸ்கிருத மொழியில் அணியிலக்கணம் 'அலங்காரம்' என்றழைக்கப்பட்டு, வாக்கியபடியா, காவ்ய தர்ஷா, காவ்யாலங்காரம், காவ்யப்ரகாசா, பிரதாபருத்ரியம் உள்ளிட்ட நூல்களில் மிக விரிவாக விவரிக்கப்பட்டுள்ளன.

எனவே, சிற்பமொழியில் கரு உருமாற்றம் பெற்று வெளியில் உருவமாக படைக்கும்போது கிடைக்கும் இறுதி வடிவமே சிற்பம் ஆகும். *(expression, transition, transformation, manifestation, full form).* விதையானது கரு என்றால் செடி உருவமாகும். கரு நுட்பம் என்றால் உரு திட்பமாகும் (சிற்பமாகும்). உருவத்தில் உயிர் போன்று கரு வாழும். புறத்தில் கருவைச் சுமக்கும் உருவே அங்கி என்ற அணியாகும்.

இரட்டை சிற்பம் பொதுவாக லலிதாபரமேஸ்வரி சிற்பம் போல காட்சியளிக்கும் வகையில் அளவுக் கணக்குகள் யாப்பிலக்கணம் எனப்படும், தாள அளவிலே அமைக்கப்பட்டுள்ளன. தாள அளவுகளில் உயரமான வில், அம்பு, சங்கு, சக்கரம் மற்றும் மற்ற ஆயுதங்களுடன் 16 கரங்களுடன் சிம்ம வாகனத்தின் மீதமர்ந்து, வலது காலை மடித்து இடது தொடைமீது வைத்தவாறு காட்சிப்படுத்தப்பட்டுள்ளது.

இச்சிற்பம் சற்றெனக் காண்போருக்கு பொதுவாக எழில்மிகு அம்பாளின் திருவுருவாகத் தெரியும். சற்று உற்று நோக்குவோரின் கண்களுக்கு லலிதா பரமேஸ்வரியாகவே காட்சியளிக்கும். இரு குடைகள் இருப்பதைக் கவனிப்போர்க்கு இன்னொரு குடை ஏன்? எப்படி? என்ற கேள்விகள் எழும். மேலும், மேலும் உற்று நோக்கும்போதுதான் இடுப்பில் கை வைத்த கரமும், வலப்புறம் தொங்கும் கரமும், கால் மீது கால் போட்டு கம்பீரத்துடன் வெண் கொற்றக்குடையின் கீழமர்ந்த இராஜசிம்மன் காட்சி தருகிறார்.

ஒரே சிலையாகக் காட்சியளிப்பதை மொழியில் ஒரு வாக்கியம் என்று கொள்ளல் தகும். அவ்வாறே ஒரே சிலை, இருவேறு வடிவங்கள் கொண்டிருக்கின்றன என்பதை ஒரே வாக்கியம், இருவேறு கருத்துக்களைப் பேசுகின்றன என்பதையும் மொழியிலக்கண நூல்கள் எடுத்தியம்புவதை அறியும்போது, கைலாசநாதர் கோயிலில் ஒரு சிலையானது, சிம்மவாஹினி மற்றும் பேரரசர் இராஜசிம்மன் ஆகிய இரு வடிவங்களையும் கொண்டிருப்பதை யாராலும் மறுக்கவியலாது. இதனை கொடுக்கப்பட்டுள்ள விளக்கமான படங்களை உற்று நோக்கினால், இன்னும் உறுதியாக ஏற்றுக்கொள்ள முடியும்.

இப்போது தண்டியலங்காரம் என்ற தமிழ் இலக்கண நூலில் கூறப்பட்ட சிலேடை அணியின் மூலமாக ஒப்பிட்டு காண்போம். அணியிலக்கணம் குறித்து விரிவாக உரைக்கும் தண்டியலங்காரம் மொத்தம் 32 வகை அணி இலக்கணங்களைப் பேசுகிறது. அவற்றில் ஒன்றான சிலேடை அணி அல்லது இரட்டுற மொழிதல் இங்கு பேசப்படுகிறது.

'ஒரு சொற்றொடர், பல பொருள் பெற்றுத் தெரிவது சிலேடை ஆகும்' என தண்டியலங்காரம் கூறுகிறது[38]. சிலேடையில் இரு வகை அணிகள்

---

38 பாலகிருஷ்ணன்.நா, ,(பதி), தண்டியலங்காரம், 5.3.

உண்டு. ஒன்று 'செம்மொழிச் சிலேடை' இன்னொன்று 'பிரிமொழிச் சிலேடை'[39].

இங்கே 'செம்மொழிச் சிலேடை' குறித்து அறிதலே போதுமானது.

'செங்கரங்க ளான்இரவு நீக்கும் திறம் புரிந்து

பங்கய மாதர் நலம் பயிலப் - பொங்கு உதயத்து

ஓர் ஆழி வெய்யோன் உயர்ந்த நெறிஒழுகும்

நீர் ஆழி நீள்நிலத்து மேல்'[40]

சூரியனுக்கும், சோழனுக்கும் சிலேடையாக இப்பாடல் பாடப்பட்டுள்ளது. இதில் உள்ள சொற்களை சூரியனோடு பொருத்திப் பார்க்கும்போது ஒரு பொருளையும், சோழனோடு பொருத்திப் பார்க்கும்போது, வேறு பொருளையும் தருகின்றன.

சூரியனோடு பொருத்திப் பார்க்கும்போது அருஞ் சொற்பொருள்;

கரங்கள் - கதிர்கள், கற்றைகள், இரவு-இருள், பங்கயம் - தாமரை, மாதர் - காதல், நலம் - அழகு, பயிலல் - உண்டாதல், பொங்குதல் - மேல்நோக்கி வளர்த்தல், உதயம் - தோற்றம், ஓர் ஆழி - ஒற்றைச் சக்கரத்தை உடைய தேர், வெய்யோன் - சூரியன், உயர்ந்தநெறி - வான் வழி (விசும்பு).

சூரியனோடு பொருத்திப் பார்க்கும்போது பாடலின் பொருள்:

கடல் சூழ்ந்த புவி மீது சூரியன், தன்னுடைய சிவந்த கதிர்களால் இருளைப் போக்கும் திறன் மிகுந்தவன். தாமரை மலர்கள் காதலிக்கும் அழகு உண்டாக, மேல் நோக்கி வளரும் தோற்றத்தை உடையவன். ஒற்றைச் சக்கரத்தை உடைய தேரில் உயர்ந்த வான வெளியில் வலம் வருபவன்.

பாடலை சோழனோடு பொருத்திப் பார்க்கையில் அருஞ் சொற் பொருள்,

கரங்கள் - கைகள், இரவு - வறுமை; பங்கய மாதர் - தாமரையில் வீற்றிருக்கும் திருமகள், நலம் - செல்வம், பயிலல் - பெருகுதல், பொங்குதல் - மேம்படுதல், உதயம் - பொருள் வருவாய், ஓர் ஆழி - தனி ஆணைச் சக்கரம்,

---

39 பாலகிருஷ்ணன்.நா,(பதி), தண்டியலங்காரம், 5.3.

40 Ibid.

வெய்யோன் - விரும்பப் படுபவனாகிய சோழன், உயர்ந்த நெறி - உயர்ந்த ஒழுக்கமாகிய நெறி.

பாடலை சோழனோடு பொருத்திப் பார்க்கையில் பொருள்:

கடல் சூழ்ந்த புவி மீது சோழன், தன்னுடைய சிவந்த கைகளால் உலகில் உள்ளவர்களுடைய வறுமையைப் போக்கும் திறன் மிக்கவன். தாமரை மலரில் வீற்றிருக்கும், திருமகளின் செல்வம் பெருக மேம்படும் பொருள் வருவாயை உடையவன். தனி ஆணைச் சக்கரத்தை உடையவன். உலகோரால் விரும்பப்படும் இயல்பை உடையவன். சான்றோர் வகுத்த உயர்ந்த ஒழுக்க நெறியில் நடப்பவன்.

இனி இராஜசிம்மனின் அவைப் புலவர் இயற்றிய வடமொழி இலக்கண நூலான காவ்யதர்சா என்ற நூலில் கிலேசம் என்று சொல்லப்படும் அலங்கார அணி குறித்து இங்கு சொல்ல வேண்டியது அவசியமாகும்[41].

காவியத்தின் அலங்காரம் (அணி) எனப்படுவது காவியத்தின் உடலைக் குறிக்கும் என்று இராஜசிம்மனின் தண்டியே கூறுகிறார்[42].

> तैः शरीरञ्च काव्यानामलङ्काराश्च दर्शिताः।
> शरीरं तावदिष्टार्थ-व्यवच्छिन्ना पदावली॥

மேலும் மன்னர்கள் காவியங்களுக்குக் கொடுத்த மதிப்புகளால் மன்னர்களின் பெயரை காலங்கள் பல கடந்தாலும் அவைகள் மன்னர்களின் புகழைக் காத்து நிற்கும் என்றும் கூறுவது இராஜசிம்மன் காவிய நூல்களில் எத்தகைய பிரியம் கொண்டிருந்தான் என்பதும் அதனால்தான் சிறப்ப காவியங்களை அவனால் படைக்க முடிந்தது என்று எண்ண வைக்கிறது[43].

> आदिराजयशोविम्बमादर्श प्राप्य वाङ्मयम्।
> तेषामसन्निधानेऽपि न स्वं पश्य नश्यति॥

---

41 ed. Ray.K, *Mahakavi Dandi's Kavyadarsha,ISBN 81-8741-84-2, I.5,10, II.1,28,29, 87,311-322.*

42 *Ibid., 1.10*

43 *Ibid., 1.5.*

மேலும், அணியிலக்கணம் என்ற அலங்கார அணி எத்தனையோ வகைகள் உண்டு. அத்தனை வகைகளையும் விளக்கிச் சொல்ல யாரால் முடியும்? என்று வியப்பாக தண்டியே கூறுவது நம்மையும் வியக்க வைக்கிறது. சிலேடையணி என்ற கிலேச அலங்காரம் தண்டியால் பல வகைகளாக விளக்கப்படுகிறது. அவற்றில் சிலவற்றைக் காண்போம். ஆங்கிலத்தில் சிலேடை அணி, *Paronomasia* என்றழைக்கப்படுகிறது. மகாகவி தண்டி சிலேடையணியை ஒரு வடிவம், பல்வேறு பொருள் தரவல்லது என்று மிக அழகாக வர்ணிக்கிறார். ஒப்புமை சிலேடையணியை ஒப்புமை சிலேடை எனும் ஸ்லேஷா உபமா, சமான உபமா என்ற சரிசம உவமை, உருவக சிலேடையணி என்ற ரூபக அணி என பலவாறு உதாரணங்களுடன் வர்ணிக்கிறார் மகாகவி தண்டி[44].

இப்போது சிற்ப மொழியில் இங்கே பேசப்படும் இரட்டைச் சிற்பத்தை, சிலேடைச் சிற்பம் என்று அழைக்கத்தக்க வகையில் ஒரே சிற்பத்தில் எவ்வாறு சிம்மவாஹினி லலிதா பரமேஸ்வரியும், இராஜசிம்மனும் இருவேறு சிலைகளாக உருவகப் படுத்தப்பட்டுள்ளது என்பதை இன்னும் விளக்குவோம். பதினாறு கரங்களுடன் சிங்கத்தின் மீதமர்ந்த சிலை லலிதா பரமேஸ்வரியாகக் காட்சியளிக்கிறது (படம்.4). அதேசமயம், இராஜசிம்மனின் பன்னிரு விதமான கோலங்களையும் இச்சிற்பம் கொண்டுள்ளது என்பதை சிற்பத்தை இன்னும் ஆழமாக உற்று நோக்கினால், நம் கண்களுக்குப் புலப்படும்.

1. வலப்புறம் தொங்கும் கரம், இடப்புறம் இடுப்பில் வைத்த கரம் இவற்றை மற்ற உடலமைப்புகளோடு உற்று நோக்கலாம். சிங்கத்தின் மீதமர்ந்த இராஜசிம்மன் இக்கோயில் கல்வெட்டில் சொல்லியவாறு அழகில் கைலாசத்தை மிஞ்சும் அளவுக்கு மேகத்தைத் தொடும் இராஜசிம்மேஸ்வரம் கோயிலை போருக்கு அஞ்சாத பெரிய யானைப் படைகளைக் கொண்ட அரச சிங்கத்தால் இக்கோயில் கட்டப்பட்டது என்பதை அவனே சொல்வது போலல்லவா இக்கோலம் தெரிகிறது (வரைபடம்.5).

2. இன்னொரு கோணத்தில், அதே வலப்புறம் தொங்கவிட்ட வலது கரத்துடன், இடக்கையில் வில் பிடித்த கரம் சொல்வதென்ன?

---

44 ed. Ray.K, *Mahakavi Dandi's Kavyadarsha,ISBN 81-8741-84-2, I.5,10, II.1,28,29,87, 311-322.*

இதைக் கல்வெட்டில் பொன்னெழுத்துக்களால் எழுதியது போல, வில் ஏந்தி போரிடுவதில் வீரனானதால், சித்ரகார்முகனாக, சங்கிராம ராமனாக போர்களில் வென்ற ரணஜயனாக, நிகரில்லா ஏக வீரனாக, தனது கிரீடத்தை சிவனின் ஜடா மகுடமாக தரித்துக் கொண்டு, கல்வெட்டு சொல்வது போல, சிவனையே தனது கிரீடத்தில் சூடிக்கொண்டிருக்கும் சிவ சூடாமணியாக இன்றும், என்றும் அவனே அவனியை ஆட்சி புரிவதாக அல்லவா காட்டுகிறது. *(வரைபடம்.6).*

3. வலப்பக்கம் தொங்கவிட்ட கையும், இடப்புறம் மேலிருக்கும் ஆச்சர்ய முத்திரையான விஸ்மயம் என்ற மூன்றாம் கையும் கூடிய சிறப்பானதொரு இராஜசிம்மனின் பாவனை நம்மை வியக்க வைக்கிறது. *(வரைபடம்.7).*

4. இடது தொடைமீது மடக்கி வைத்த வலது முன்கால் மீது வைத்த வலக்கரத்துடன், கம்பீரமாய் இடுப்பில் இடது கரத்தை வைத்தவாறு இருக்கும் இராஜசிம்மனின் கோலத்தை உற்று நோக்குங்கள். *(வரைபடம்.8).*

5. மேலும், மடக்கி வைத்த வலது முன்கால் மீது வைத்த வலக்கையுடன், இடக்கரத்தில் வில்பிடித்த கோலம் இராஜசிம்மனின் இன்னொரு வடிவமாகும். *(வரைபடம்.9).*

6. வலப்புறம் மடக்கி வைத்த வலது முன்கால் மீது வலக்கையை வைத்தும், இடப்புறம் விஸ்மய கரத்துடன் கூடியது இன்னொரு பாவனையாகும். *(வரைபடம்.10).*

7. பாசக் கயிற்றின் அடி முடிவுறும் முனையை, தனது கடக அஸ்தம் என்ற வலக்கரத்தில் பிடித்துக்கொண்டும், இடக்கரத்தை இடுப்பில் வைத்துக் கொண்டும், அப்பாசக்கயிறு உடலின் இடப்புறம் குறுக்காகச் சென்று, வலப்புறமாக மீண்டும் உடலின் குறுக்காகத் திரும்பி பாசக் கயிற்றின் முனையை, தனது வலது தொடையின் மீது வைத்திருக்கும் இராஜசிம்மனின் இக்கோலம் தன்னை சைவ சித்தாந்தியாக அல்லவா கூறுகிறது! *(வரைபடம்.11).*

8. எட்டாம் வடிவாக பாசக் கயிற்றின் அடி முடிவுறும் முனையை தனது வலக்கரத்தில் பிடித்துக் கொண்டும், இடது வில் பிடித்த

கரத்தையும் கொண்ட இராஜசிம்மனின் கம்பீர வடிவாகக் கொள்ளலாம். *(வரைபடம்.12).*

9. தனது வலக்கையில் பாசக் கயிற்றின் முடிவைப் பிடித்த கடக முத்திரையும், இடப்புறம் விஸ்மய கரம் கொண்ட அமைப்பும் மற்றொரு பாவனையாகும். *(வரைபடம்.13).*

10. இன்னொரு முக்கியமான பாவனை சற்று ஊன்றிப் பார்க்கத்தக்கது. இரட்டைச் சிற்பத்தின் வலப்புறம் மேலிருந்து கீழே, மூன்றாம் கரம் சக்கரத்தை உள்ளங்கையில் கொண்டிருக்கும் கோலமாகும். இந்த சக்கரம் தேர்ச் சக்கரம் போன்றிருப்பது. அதனருகில் இன்னொரு கரம் சக்ராயுதம் பிடித்திருப்பது. இதை வேறொரு இடத்திலும் பேசுவோம். முதலில் சொன்ன சக்கரம் வட்டை போன்றிருப்பது. அதனை ஆணைச் சக்கரம் என்று அழைக்கலாம். எனவே, வலது மேல் கையில் மன்னர்களின் ஆணைச் சக்கரம் மற்றும் இடப்புறம் இடுப்பில் வைத்த கரம் சக்கரவர்த்தி இராஜசிம்மனின் பத்தாவது கோலமாகும். *(வரைபடம்.14).*

11. வலப்புறம் ஆணைச் சக்கரத்தோடும், இடப்புறம் வில்லேந்திய நிலை, இராஜசிம்மனின் பதினோராவது கோலம். *(வரைபடம்.15).*

12. ஆணைச் சக்கரத்தைக் கொண்ட வலக் கையும் விஸ்மயம் என்ற ஆச்சர்யம் சொல்லும் இடக் கையையும் கொண்ட வடிவம் மற்றொரு கோலத்தைக் காட்டுகிறது. *(வரைபடம்.16).* இப்படியாக பன்னிரு விதமான இராஜசிம்மனின் கோலங்களைப் பார்த்தோம்.

இராஜசிம்மன் பன்னிரு கோலங்களில் சிலேடை அணி, இலக்கண அடிப்படையில் விவரிக்கப்பட்ட இரட்டைச் சிற்பத்தில் 3 முக்கியமான தகவல்களை விவரிக்க வேண்டியது அவசியம். இரு குடைகள், ஆணைச் சக்கரம், பாசக் கயிறு இங்கு பேசப்பட இருக்கிறது. *(வரைபடம்.17, 18, 19).*

ஒரு குடையானது, சிற்பத்தின் வலப்புறம் மேலே விண்ணில் அந்தரத்தில் காணப்படும் குடையாகும். அந்தரத்தில் இருப்பதால் விண்ணில் காட்சிப்படுத்தப்பட்ட குடை எனவும், அது லலிதா பரமேஸ்வரி என்ற மகாராணிக்கான வெண் கொற்றக்குடை என்று அறிந்து கொள்ள வேண்டும்.

அதேவேளையில், சிலையின் இடப்புறம் மேலே காணப்படும் குடையின் கைப்பிடி தண்டுடன் செதுக்கப்பட்டுள்ளது. (வரைபடம்.17). இது, நம்மை வியக்க வைக்கிறது. மண்ணிலிருந்து செல்லும் குடை மண்ணில் ஆட்சி புரியும் மன்னுக்கானது என்று சிந்திக்க வைக்கும் இந்த வெண் கொற்றக் குடை இராஜசிம்மனுக்குடையது என்று எண்ண வைத்ததே, இது ஒரு சிற்பம் - இரு உருவத்துக்கானது என்ற கருத்து என் மனதில் மிகமிக அழுத்தமாகப் பதிந்து, இப்புத்தகத்தை வார்ப்பதற்கு முக்கிய காரணங்களில் ஒன்றாகத் திகழ்கிறது.

இரண்டாவதாக, இங்கு குறிப்பிட்டுச் சொல்ல வேண்டிய இன்னொன்று, சிற்பம் தனது வலக்கரத்தில் கொண்டிருக்கும் முன்னர் சொன்ன சக்கரம். இதனை ஆழி, ஆணைச் சக்கரம், வட்டு என்றும் சொல்லலாம் (வரைபடம்.18). அதன் அருகில், சக்ராயுதம் ஏந்திய கரமும் உண்டு. இரண்டும் வேறு வேறு கருத்தைச் சொல்கின்றன. சக்ராயுதம் கடவுளர் கொண்டிருப்பது. தேர்ச் சக்கர வடிவைக் கொண்ட சக்கரம் அரசாள்பவர்களுக்கே உரியது. இந்த ஆணைச் சக்கரத்தை ஆழி என்று இலக்கியங்கள் பேசுகின்றன[45]. இது சிம்மாசனேஸ்வரி என்ற மகாராணி தன்னை சக்ரேஸ்வரி என்றும் 'பிரம்மாண்ட புராண'த்தில் கூறுகிறாள்[46]. இதனைச் சிற்ப மொழியின் சிலேடை அணியாகக் காணும்போது, காஞ்சியின் மகாமணி என்று கல்வெட்டு போற்றும் இராஜசிம்மனின் கம்பீர பாவனைக்கு அத்தனைச் சிறப்பாக ஆணைச் சக்கரம் பொருந்துவது, காண்போர் கண்களை கொள்ளை கொள்ள வைக்கிறது. இதனை படத்தின் வாயிலாக விவரித்துக் காட்டப்பட்டுள்ளது (வரைபடம்.14, 15, 16).

இறுதியாக, இரட்டைச் சிற்பத்தின் உடலில், கீழும் மேலும் குறுக்காகச் செல்லும் பாசக் கயிறு. இத்தகைய சிற்ப நுட்பம், இந்த சிலைக்காகவே சிந்தித்து, பிரத்யேகமாக செய்யப்பட்டுள்ளது. இந்த அமைப்பில் இதுவரை இதுபோன்று எந்தச் சிற்பமும் காணக் கிடைக்காத அற்புதத் தகவல்களை கொண்டிருக்கும் இச்சிற்பம், வரலாற்றில் மிகமிக முக்கியமான சிற்பமாகும்.

வலப்புறம் தூக்கி மடித்து வைத்த காலின் மீது வைத்த கையில் ஒரு முனையைக் கொண்டிருக்கும் சாட்டை போன்ற பாசக் கயிறு உடலின்

---

45 திருத்தொண்டர் புராணம் (முதல் காண்டம்), 100,

46 *Brahmanda puranam, V.40.105*

குறுக்கே இடப்புறமாக அப்படியே உடலின் பின்பக்கம் சென்று இடக்கையை அணைத்தவாறு உடலின் முன்புறமாக, நெஞ்சின் குறுக்கே வலப்புறமாக செல்லும் வகையில் அமைக்கப்பட்டது நம்மை மேலும் மேலும் சிந்திக்க வைக்கும் அற்புதமான அமைப்பாகும். (வரைபடம்.19).

இரட்டுற மொழிதல் என்ற மொழி அணி இலக்கணத்தை தொடர்புபடுத்த வேண்டியது இங்கு அவசியமாகக் கருதப்படுகிறது. லலிதாவை, மாயா என்று சாத்திரங்கள் பேசுகின்றன. மாயாவின் வடிவே இச்சிற்பம் ஆகும். உலகைப் படைத்தலும், காத்தலும், அழித்தலும் நிகழ்காலம், கடந்தகாலம், வருங்காலம் என்பதைத் தனது கட்டுக்குள் வைத்திருப்பவளும் இவளே. 'மாயையின் வடிவே தான்!' என்பதையும் அதைக் கட்டுப்படுத்தி, ஒரு ஜதியில் இயங்க வைக்கும் கட்டுப்பாட்டைக் குறிக்கும் விதமே, கயிற்றால் பின்னிய இந்த லலிதாவின் கோலம் என்பதை இச்சிற்பம் காட்டுகிறது.

இப்போது, இராஜசிம்மனாக இச்சிலையை பார்க்கும்போது மேற்சொன்ன உடலின் குறுக்கே செல்லும் பாசக்கயிற்றின் பொருள் என்ன என்பதை முக்கியமாகக் இங்கு நாம் கவனிக்கத்தக்கதாய் உள்ளது. (வரைபடம்.19). சைவ சித்தாந்தம் கூறும் வழியை இராஜசிம்மன் பின்பற்றுவதால் சைவ சித்தாந்தி என்று தன்னைக் கல்வெட்டுகளில் பிரகடனப்படுத்துகிறான் இம்மன்னன். சைவ சித்தாந்த நெறியில் நடப்பவன் எனில் பதி, பசு, பாசம் இவற்றின் இயல்புகளை அறிந்தவன் என்பதும், பதி எனும் ஈசனை அடைய ஆணவம், கன்மம், மாயை எனும் மும்மலங்களிலிருந்தும் தன்னை விடுவித்துக் கொண்டவன் என்பதும் புலனாகிறது.

பாசம் எனில் கயிறு எனப் பொருளும் உண்டு. பசு எனும் ஆன்மாவை பாசம் என்ற கயிறு கட்டிப் போட்டிருப்பதை அறிந்தே, சைவ சித்தாந்த நெறியைப் பின்பற்றி இறையருள் பெற்றேன் என்பதை விளக்கத்தான் தனது உருவச் சிற்பத்தில் பாசக் கயிற்றால் பின்னப்பட்ட மேனியைக் காட்டுகிறான் என்றும், இப்படியாக ஒவ்வொருவரையும் பாசம் கயிறு போல் கட்டப்பட்டுள்ளதை விவரிப்பதாக அர்த்தப்படுத்திக் கொள்ள வேண்டும்.

சிற்ப மொழியிலக்கணமும், மகாகவிஞர்கள் இயற்றிய காவிய இலக்கணமும் ஒன்றுதான் என்பதை சிலேடை சிற்பத்தில் காட்டிட

முடியும் என்பதை கல்வியிலும், ஆற்றலிலும் சிறந்த கைலாசர் கோயிலின் காவிய நாயகன் இராஜசிம்மனின் முயற்சியில் சிற்பக்காவியம் காஞ்சியில் இரட்டைச் சிற்பமாகச் செதுக்கப்பட்டுள்ளது என்பதை அறிந்தோம்.

ஒரே சிற்பத்தில் இருபெரும் வடிவங்களை நிறுவிட முடியும் என்பதில், தன் வடிவை உலகோர்க்குக் காட்டிய எல்லையற்ற கலைக் காதலன் மாமன்னன் இராஜசிம்மன் என்றும் மக்கள் மனதில் நிறைந்திருப்பான். எம்மொழியினரும் சிற்பமொழியைப் படித்திட முடியும் என்று உலகையே தனது குடையின் கீழ் ஆண்டுவரும் உலகப் பொதுமொழி இந்தியச் சிற்பக் கலை மொழி வாழ்க!

4

இராஜசிம்மேஸ்வரம் கல்வெட்டுக்கள்

(South Indian Inscriptions, Vol.I, 26-24, p. 22-12)

1. ....மூவுலகுக்கும் பாயும் திருமுடியைக் கொண்டிருப்பவரும், கரிய ஒளி மிகுந்த கழுத்தை உடையவரும், கிரணங்களை வெளிப்படுத்தும் ஆபரணத்தை (பாம்பு) கழுத்தில் அணிந்திருக்கும் சிவன் நம்மையெல்லாம் தூய்மைப் படுத்தட்டும்.

2. பிரம்மாவுக்குப் பிறகு அவருடைய மனதிலிருந்து ஆங்கிரஸ் தோன்றினார். ஆங்கிரசுக்கு பிரகஸ்பதி, அதன்பின்னர் சம்யு, பின்னர் தோன்றியவர் முனிவர்க்கெல்லாம் தலைவனானவரும் பல்லவ வம்சத்துக்கு மூலமானவராகத் திகழ்ந்தவருமான புகழ் வாய்ந்த பாரத்வாஜர் தோன்றினார்.

3. பின்னர், அன்பு நிறைந்த பாண்டவர்களால் பெரிதும் மதிக்கப்பட்ட துரோணர் தோன்றினார். அவரிடமிருந்து உறுதியும், பெருமையும் கொண்ட அஸ்வத்தாமன், பின்னர் அவரது முதல் மகன் பல்லவா எனும் பெயர் தாங்கிய மனு, வீரமிக்க பல்லவர்களின் முதலாமவருமாகவும் புவியை ஆண்டவராகவும் விளங்கினார்.

4. பின்னர் வந்த பல்லவ இளவரசர்கள் கலியுகத்தை வென்றவர்களாகவும், பக்திமான்களாகவும், கருணை மிக்கவர்களாகவும், உண்மையானவர்களாகவும், தீரம் மிக்கவர்களாகவும் விளங்கினார்.

5. முப்புரத்தை எரித்த சிவனின் புதல்வனான குகனைப் போல, அழிக்கப்பட்ட வாதாபி நகரில், பல்லவரின் வழி வந்த

அத்யந்தகாமன் என்ற வீர மன்னன் சைவ சித்தாந்தம் சொல்லிய பாதையில் வாழ்ந்து புகழ் பெற்றவனாவான்.

6. முன்னர் சொன்ன அத்யந்தகாமனான பல்லவ மன்னன், மன்மதனாக, பெண்களின் மீது உயர்வான காதல் கொண்டவனும், இந்திரனைப் போன்று தொடர்ந்து வேதத்தின் வழி நடப்பவர்களைப் பாதுகாத்தவனும், விஷ்ணுவைப் போல முனிவர்களின் எதிரிகளை வென்று அந்தணர்களைக் காத்தவனும், குபேரனைப் போல் செல்வங்களை வழங்கிக் காத்தவனும் ஆவான்.

7. ரணஜெயனானவன் (இராஜசிம்மன்) தனது அறிவாலும், வீரத்தாலும், சிறந்த ஆட்சி முறையாலும் வென்றெடுத்த அனைத்து வளங்களையும் பெற்றவன், கலியுகத்தில் துன்பக் கடலில் மூழ்கியவர்களைக் காக்க புருஷோத்தமனாகத் தோன்றியவன்.

8. சிறந்த ஆட்சி முறையாலும், வீரத்தாலும் கலகக் காரர்களையும், தோல்வியுற்றவர்களையும் கொன்று, பெரிய அழகிய சிவனின் கோயிலைக் கட்டினான். இக்கோயில் மன்னனின், புகழையும் சிவனின் மகிழ்ச்சியையும் பிரதிபலிக்கிறது.

9. சிவனின் நீண்டகால உறைவிடமான இந்த இராஜசிம்மேஸ்வரம் கோயிலில், பல தலைமைக் கடவுளர்களாலும், அரக்கர்களாலும் வணங்கப் படுபவராகவும், ஆபரணங்களை பாம்புகளால் சுருள்சுருளாக அணியப் பெற்றவராகவும் திகழும் சிவன் இந்த இராஜசிம்ம பல்லவேஸ்வர கோயிலில், நீண்டகாலம் உறைகிறார்.

10. அழகில் கைலாசத்தை மிஞ்சும் அளவுக்கு உள்ளதும், மேகங்களைத் தொடும் அளவுக்குக் கட்டப்பட்ட காளையின் சின்னம் கொண்ட இராஜசிம்மேஸ்வரம் என்ற இக்கற்கோயிலில் சிவன் எப்போதும் உறைந்திருக்கட்டும். ஆழ்ந்த இறை நம்பிக்கைக் கொண்டவனும், அனைத்து பகுதிகளையும் தனது ஆளுமையின் கீழ் வைத்திருப்பவனும், போருக்கு அஞ்சாத பெரிய யானைப் படைகளைக் கொண்டவனுமான அரச சிங்கத்தால் (இராஜசிம்மன்), இக்கோயில் கட்டப்பட்டது.

11. போர்களை வென்ற ரணஜெயன், செல்வவளம் நிறைந்த ஸ்ரீபாரன், விற்கலையில் சித்ரகார்முகன், நிகரில்லாத ஏகவீரன் என்ற

போர்வீரன், தனது கிரீடத்தில் சிவனை சூடிக்கொண்டிருக்கும் சிவசூடாமணி என்ற மன்னன் இராஜசிம்மன் இப்பூவுலகை நீண்ட நாட்கள் காக்கட்டும்.

1.	ஸ்ரீ ராஜசிம்ஹ:	-	இராஜசிம்மன்
2.	ஸ்ரீ அத்யந்தகாம:	-	ஆதி அந்தமற்ற காதலன்
3.	ஸ்ரீ ரணஜெய:	-	போரில் வெற்றியாளன்
4.	ஸ்ரீ அபிராம:	-	மிகவும் அழகியவன்
5.	ஸ்ரீ அபராஜித:	-	யாராலும் வெல்ல முடியாதவன்
6.	ஸ்ரீ அமித்ரமல்ல:	-	சிறந்த மல்யுத்த வீரன்
7.	ஸ்ரீ அகுதோப்ய:	-	பயமற்றவன்
8.	ஸ்ரீ ஊர்ஜித:	-	பலம் பொருந்தியவன்
9.	ஸ்ரீ ஜெயபர:	-	வெற்றியாளன்
10.	ஸ்ரீ அதிரணசண்ட:	-	கடுமையான வீரன்
11.	ஸ்ரீ பார:	-	வளமிக்கவன்
12.	ஸ்ரீ பஹுநய:	-	இராஜதந்திரி
13.	ஸ்ரீ உதயபாஸ்கர:	-	எழும் சூரியன்
14.	ஸ்ரீமேத:	-	மழை தரும் மேகம்
15.	ஸ்ரீ அபயங்கர:	-	தர்மவான்
16.	ஸ்ரீ குலதிலக:	-	பல்லவ திலகம்
17.	ஸ்ரீ அரிமர்த்தன:	-	எதிரிகளை வீழ்த்துபவன்
18.	ஸ்ரீ உதிதமாபாவ:	-	எழுச்சி மிக்கவன்
19.	ஸ்ரீ உதிதகீர்த்தி:	-	புகழை உயர்த்துபவன்
20.	ஸ்ரீ ரிஷபதர்ப்ப:	-	காளையைக் காப்பவன்
21.	ஸ்ரீ ரிஷபலாஞ்சன:	-	காளை சின்னம் கொண்டவன்
22.	ஸ்ரீ உக்ரவீர்ய:	-	தீவிர பலசாலி
23.	ஸ்ரீ உதிதோதித:	-	மேன் மேலும் வளர்பவன்
24.	ஸ்ரீ உன்னதராம:	-	மிக அழகியவன்
25.	ஸ்ரீ உக்ரபிரதாப:	-	தீவிர வீரன்
26.	ஸ்ரீ அத்யதார:	-	மிகச் சிறந்தவன்
27.	ஸ்ரீ அனுநயசாத்தய:	-	அன்பால் இவரை வெல்லலாம்
28.	ஸ்ரீ ஆகவகேசரி:	-	போரில் சிங்கம்
29.	ஸ்ரீ கலங்கவர்ஜினத	-	களங்கமற்றவன்

30.	ஸ்ரீ காஞ்சிமகாமணி	-	காஞ்சியின் மகுடம்
31.	ஸ்ரீ கரவிக்ரம:	-	தீவிர பலசாலி
32.	ஸ்ரீ சக்கரவர்த்தி:	-	பேரரசன்
33.	ஸ்ரீ கின்னானுகம்பி	-	இரக்கமுள்ளவன்
34.	ஸ்ரீ சாபத்விதீய:	-	வில் விரும்பி
35.	ஸ்ரீ சின்னசம்சய:	-	சந்தேகம் தீர்ப்பவன்
36.	ஸ்ரீ சலரஹித:	-	சஞ்சலமற்றவன்
37.	ஸ்ரீ அமித்ராசனி:	-	எதிரிக்கு இடி போன்றவன்
38.	ஸ்ரீ அப்ரதிமல்ல:	-	நிகரற்ற மல்யுத்த வீரன்
39.	ஸ்ரீ அத்புதசரித:	-	சிறந்த வாழ்வு கொண்டவன்
40.	ஸ்ரீ இபவித்யாதர:	-	யானை பற்றி அறிந்தவன்
41.	ஸ்ரீ இச்சாபுர:	-	விரும்பியதை செய்து முடிப்பவன்
42.	ஸ்ரீ ஈசானசரண:	-	சிவனின் அடிமை
43.	ஸ்ரீ உதயசந்த்ர:	-	எழூம் சந்திரன்
44.	ஸ்ரீ பர்ஜ்ஜன்யரூப:	-	மேகம் போல் தர்மம் செய்பவன்
45.	ஸ்ரீ பரசக்ரமர்த்தன:	-	விரோத அரசர்களை அழிப்பவர்
46.	ஸ்ரீ நரேந்திரகூலாமணி:	-	அரசர்களின் மணிமகுடம்
47.	ஸ்ரீ நித்யவர்ஷ:	-	தொடர்ந்து தர்மம் செய்பவன்
48.	ஸ்ரீ ராஜராஜ:	-	அரசர்களுக்கு அரசன்
49.	ஸ்ரீ வாத்யவித்யாதர:	-	இசைக் கருவி ஞானம் பெற்றவன்
50.	ஸ்ரீ சித்ரகார்முக:	-	விற்போராளி
51.	ஸ்ரீ வீரகேசரி:	-	வீரத்தில் சிங்கம்
52.	ஸ்ரீ காமுக:	-	அன்பானவன்
53.	ஸ்ரீ சர்வதோபத்ர:	-	எல்லாம் அறிந்தவன், எட்டு திசையும் பார்வை கொண்டவன்
54.	ஸ்ரீ க்ஷத்ரகூலாமணி:	-	வீரர்களின் மணிமகுடம்
55.	ஸ்ரீ விலாச:	-	செல்வமிக்கவன்
56.	ஸ்ரீ யுத்தார்ஜுன:	-	போரில் அர்ஜுனன் போன்றவன்
57.	ஸ்ரீ வல்லப:	-	வளம் விரும்பி
58.	ஸ்ரீ சங்கிராமராம:	-	போரில் ராமன்
59.	ஸ்ரீ சார்வபௌம:	-	புவியை ஆள்பவன்
60.	ஸ்ரீ க்ஷத்ரவித்ராவண:	-	போர் வீரர்களை சிதறிடிப்பவன்

61.	ஸ்ரீ ஆஹவபீம:	-	போரில் பீமன்
62.	ஸ்ரீ அமித்தபிரபவ:	-	இணையற்ற வீரமிக்கவன்
63.	ஸ்ரீ திரைலோக்யநாத:	-	மூவுலகை ஆள்பவன்
64.	ஸ்ரீ தானவர்ஷ:	-	மழை போல் தானம் செய்பவன்
65.	ஸ்ரீ த்ருஷ்ணபுரண:	-	எண்ணங்களை நிறைவேற்றுபவன்
66.	ஸ்ரீ தரிதாநுகாம்பி	-	எளியோர் மீது இரக்கமுடையவன்
67.	ஸ்ரீ அவிரததான:	-	கொடையை திரும்ப பெறாதவன்
68.	ஸ்ரீ தீப்தபௌருஷ:	-	உறுதியான கொடையாளி
69.	ஸ்ரீ தானசூர:	-	கொடை நோக்கில் போருக்குச் செல்பவன்
70.	ஸ்ரீ தர்மநித்ய:	-	தொடர்ந்து கொடை அளிப்பவன்
71.	ஸ்ரீ தவலாசாய:	-	தூய உள்ளம் உள்ளவன்
72.	ஸ்ரீ தர்மகவச:	-	நீதியைக் கவசமாகக் கொண்டவன்
73.	ஸ்ரீ சமரதனஞ்சய:	-	செல்வத்தை நோக்கி போரில் வெற்றிப் பெறுபவன்
74.	ஸ்ரீ பீசனசாப:	-	சிறந்த வில்லாளன்
75.	ஸ்ரீ அஜய்ய:	-	எவராலும் தோற்கடிக்க இயலாதவன்
76.	ஸ்ரீ குணவிநீத:	-	அறம் சார்ந்து வாழ்பவன்
77.	ஸ்ரீ அவனிதிவாகர:	-	புவியின் சூரியன்
78.	ஸ்ரீ கலங்கரஹித:	-	மாசற்றவன்
79.	ஸ்ரீ கலாசமுத்ர:	-	கலையின் கடல்
80.	ஸ்ரீ ஆவஹதீர:	-	போரில் உறுதியானவன்
81.	ஸ்ரீ துஷ்டரமண:	-	கொடியவர்களை அடிபணிய வைப்பவன்
82.	ஸ்ரீ பல்லவாதித்ய:	-	பல்லவ சூரியன்
83.	ஸ்ரீ பராபர:	-	சக்தி மிக்கவன்
84.	ஸ்ரீ பரஹித:	-	அன்பானவன்
85.	ஸ்ரீ நித்யோத்சாஹ:	-	எப்போதும் சுறுசுறுப்பானவன்
86.	ஸ்ரீ புருஷாசிம்ஹ:	-	மாந்தரில் சிங்கம்
87.	ஸ்ரீ புண்யஸ்லோக:	-	தூய்மையான புகழுக்குரியவன்
88.	ஸ்ரீ பார்த்தவிக்ரம:	-	அர்ஜுனனைப் போன்ற வீரன்
89.	ஸ்ரீ பீமகாந்த:	-	தீவிர அன்பானவன்

90.	ஸ்ரீ பஹூதக்ஷிண:	-	கொடையில் சிறந்தவன்
91.	ஸ்ரீ பயரஹித:	-	பயமற்றவன்
92.	ஸ்ரீ மஹாமல்ல:	-	பெரிய மல்யுத்தன்
93.	ஸ்ரீ மத்தபிரமத்த:	-	உற்சாகத்தில் மயங்குபவன்
94.	ஸ்ரீ மத்தவிகார:	-	உணர்ச்சி வசப்படுபவன்
95.	ஸ்ரீ புவனிபாஜன:	-	அகிலத்தை ஆள்பவன்
96.	ஸ்ரீ மகேந்திரபராக்ரம:	-	மகேந்திரனைப் போன்ற வீரன்
97.	ஸ்ரீ மஹாபிரபாவ:	-	அதிக சக்தி வாய்ந்தவன்
98.	ஸ்ரீ மனுசரித:	-	மனுவை போன்றவன்
99.	ஸ்ரீ மாயாசார:	-	ராஜதந்திரன்
100.	ஸ்ரீ பதிவல்லப:	-	விஷ்ணுவை விரும்புபவன்
101.	ஸ்ரீ ரணவீர:	-	போரில் வீரன்
102.	ஸ்ரீ யுகாந்தாதிவ்ய:	-	உலகின் முடிவில் சூரியன்
103.	ஸ்ரீ ரணதீர:	-	போரின் தீரன்
104.	ஸ்ரீ ரக்ஷாமணி:	-	சிறந்த பாதுகாவலன்
105.	ஸ்ரீ ரணசண்ட:	-	போரில் கடுமையானவன்
106.	ஸ்ரீ ரணவிக்ரம:	-	போரில் வீரமிக்கவன்
107.	ஸ்ரீ அதுலபல:	-	நிகரற்ற வலிமையாளன்
108.	ஸ்ரீ அஹிதாந்தக:	-	எதிரிகளை அழிப்பவன்
109.	ஸ்ரீ அபாரவிக்ரம:	-	எல்லையயற்ற வீரன்
110.	ஸ்ரீ அஸ்வப்ரிய:	-	குதிரை விரும்பி
111.	ஸ்ரீ அப்ரதிம:	-	இணையற்றவன்
112.	ஸ்ரீ அகண்டசாசன:	-	தெளிவான கட்டளை அளிப்பவன்
113.	ஸ்ரீ அகண்டாசனி:	-	இடியை போன்றவன்
114.	ஸ்ரீ அமோகவிக்ரம:	-	தோற்கடிக்க முடியாதவன்
115.	ஸ்ரீ ஆனதமண்டல:	-	ராஜ்யங்களை அடக்கி ஆழ்பவன்
116.	ஸ்ரீ அக்ரப்ரதிஹத:	-	எதிர்க்கவியாலாதவன்
117.	ஸ்ரீ அத்புதசக்தி:	-	அற்புத சக்தி கொண்டவன்
118.	ஸ்ரீ ஆஞ்ஞாரச:	-	உத்தரவிட விரும்புபவன்
119.	ஸ்ரீ ஆஸ்சர்யவீர்ய:	-	வியப்பான வீரன்
120.	ஸ்ரீ ஆபாததுர்தரா:	-	தவிர்க்க முடியாமல் மோதுபவன்
121.	ஸ்ரீ அசாவிஜயீ	-	எல்லா பகுதிகளையும் வெல்பவன்

122.	ஸ்ரீ ஆஹவோத்துர:	-	போரில் கட்டுப்படுத்த முடியாதவன்
123.	ஸ்ரீ இபவத்சராஜ:	-	வத்சராஜனைப் போன்று யானையைக் கையாளுபவன்
124.	ஸ்ரீ இத்தசாசன:	-	கட்டளையிடுவதில் தேர்ந்தவன்
125.	ஸ்ரீ இலாம்பரமேஸ்வர:	-	உலகத்தின் கடவுள்
126.	ஸ்ரீ உக்ரதண்ட:	-	தண்டிப்பதில் கடுமையானவன்
127.	ஸ்ரீ உன்னதமான:	-	பெருமைக்குரியவன்
128.	ஸ்ரீ உச்சிதவீர்ய:	-	உயர்வான வீரன்
129.	ஸ்ரீ உதயதுங்க:	-	உயரே உதிப்பவன்
130.	ஸ்ரீ உத்தரோத்தர:	-	மேன்மேலும் உயர்பவன்
131.	ஸ்ரீ உக்ரசாசன:	-	தண்டிப்பதில் கடுமையானவன்
132.	ஸ்ரீ குணாலய:	-	நற்பண்புகளோடு வாழ்பவன்
133.	ஸ்ரீ உதயவசந்த:	-	இனிமையின் தோன்றல்
134.	ஸ்ரீ ஏகசுந்தர:	-	இணையற்ற அழகன்
135.	ஸ்ரீ மஹானுபாவ:	-	கம்பீரமானவன்
136.	ஸ்ரீ உபேந்திரவிக்ரம:	-	விஷ்ணுவைப் போன்று வீரமானவன்
137.	ஸ்ரீ ஆசாபுர:	-	நம்பிக்கையை நிறைவேற்றுபவன்
138.	ஸ்ரீ குலத்வஜ:	-	வம்சத்தின் அணி
139.	ஸ்ரீ குணோன்னத:	-	அறத்தில் உயர்ந்தவன்
140.	ஸ்ரீ உன்னதேச்ச:	-	உயர்ந்த விருப்பம் உடையவன்
141.	ஸ்ரீ உத்காதகண்டக:	-	கிளர்ச்சியாளர்களை அழிப்பவன்
142.	ஸ்ரீ ஏகதனுர்தர:	-	இணையற்ற வில் வீரன்
143.	ஸ்ரீ உதாரகீர்த்தித:	-	புகழ் மிக்கவன்
144.	ஸ்ரீ ஆசாரபர:	-	சமயப் பற்று மிக்கவன்
145.	ஸ்ரீ ஆர்த்தாயன:	-	துன்பப்படுவோர்க்கு அடைக்கலம் கொடுப்பவன்
146.	ஸ்ரீ ஆஸ்ரிதவத்சல:	-	அடைக்கலம் புகுவோர்க்கு அன்பானவன்
147.	ஸ்ரீ இதிசாதன:	-	பிளேக்கை அழிப்பவன்
148.	ஸ்ரீ ஆதோத்யதும்புரு:	-	தும்புரு போன்று இசைக் கருவிகளை வாசிப்பவன்
149.	ஸ்ரீ ஆகமப்ரமாண:	-	ஆகமத்தைக் கடைப்பிடித்தவன்
150.	ஸ்ரீ அஜ்ஞாலங்க்ருத:	-	கட்டளையை நிறைவேற்றுபவன்

151.	ஸ்ரீ இதிஹாசப்ரிய:	-	இதிகாசங்களை விரும்புவன்
152.	ஸ்ரீ அதிசாஹஸ:	-	தைரியமானவன்
153.	ஸ்ரீ அனவக்ரஹ:	-	தடுக்க முடியாதவன்
154.	ஸ்ரீ ஆகமானுசாரீ	-	ஆகம வழி நிற்பவன்
155.	ஸ்ரீ உத்தானசீல:	-	ஓய்வற்றவன்
156.	ஸ்ரீ உதயோன்னத:	-	உயரே உதிப்பவன்
157.	ஸ்ரீ உத்வ்ருத்ததமன:	-	கலகக்காரர்களை அடக்குபவன்
158.	ஸ்ரீ ஏகராஜ:	-	இணையற்ற அரசன்
159.	ஸ்ரீ காலவிக்ரம:	-	போரில் கொல்பவன்
160.	ஸ்ரீ ஜெயநிதி:	-	வெற்றியின் கருவூலம்
161.	ஸ்ரீ காலவசன:	-	காலத்தின் உறைவிடம்
162.	ஸ்ரீ கர்விததமன:	-	மகிழ்வை வென்றவன்
163.	ஸ்ரீ ஜாதிகம்பீர:	-	ஆழ்ந்த அறிவன்
164.	ஸ்ரீ சாரசக்சு:	-	கண்களால் உளவு பார்ப்பவன்
165.	ஸ்ரீ ஞானங்குச:	-	அறிவாளி
166.	ஸ்ரீ தப்தசரண:	-	துன்பப்படுவோரின் பாதுகாவலன்
167.	ஸ்ரீ தமிதவியாழ:	-	போக்கிரிகளை அழிப்பவன்
168.	ஸ்ரீ தானவர்ச:	-	மழை போல் கொடை அளிப்பவன்
169.	ஸ்ரீ தேவதேவபக்த:	-	சிவபக்தன்
170.	ஸ்ரீ துர்வாகேக:	-	விரைவாகச் செயலாற்றுபவன்
171.	ஸ்ரீ சாருவிலாச:	-	வசீகரமானவன்
172.	ஸ்ரீ துங்கவிக்ரம:	-	உயர்வான வீரன்
173.	ஸ்ரீ தீவ்ரகோப:	-	தீவிர கோபக்காரன்
174.	ஸ்ரீ தர்மவிஜயீ	-	தர்ம வழியில் வென்றவன்
175.	ஸ்ரீ தாவாக்னி:	-	மரத்தில் தீ போல எளிதில் அன்பு கொள்பவன்
176.	ஸ்ரீ தேசவர்த்தன:	-	தேசத்தை வளப்படுத்துபவன்
177.	ஸ்ரீ தூரதுரித:	-	பாவம் புரியாதவன்
178.	ஸ்ரீ தர்மசேது:	-	தர்மம் காப்பவன்
179.	ஸ்ரீ தூரதர்சி:	-	தொலைநோக்கு சிந்தனையாளன்
180.	ஸ்ரீ திருப்தசாஸன:	-	பெருமைக்குரிய கட்டளை அளிப்பவன்
181.	ஸ்ரீ நயனுசாரீ	-	முறைப்படி ஆட்சி செய்பவன்

182.	ஸ்ரீ நயனமனோஹர:	-	அழகிய கண்களை உடையவன்
183.	ஸ்ரீ அனிந்த்யசரித:	-	சிறந்த வாழ்வை அனுசரிப்பவன்
184.	ஸ்ரீ ஆகதகாம்பீர்ய:	-	ஆழமான அறிவன்
185.	ஸ்ரீ அனபிரவ்ரஷ்டி:	-	திறந்த மனம் கொண்ட கொடையாளி
186.	ஸ்ரீ அதனுபிரதாப:	-	மிகப்பெரிய வீரன்
187.	ஸ்ரீ அதர்மபீரு:	-	அநீதியை விரும்பாதவன்
188.	ஸ்ரீ அரிநாச:	-	எதிரிகளை வீழ்த்துபவன்
189.	ஸ்ரீ அவனிபாஜன:	-	புவியை ஆள்பவன்
190.	ஸ்ரீ அப்ரதிவார்ய:	-	பிறரால் எதிர்க்க இயலாதவன்
191.	ஸ்ரீ அவந்த்யகோப:	-	காரணமின்றி கோபப்படாதவன்
192.	ஸ்ரீ அமித்ராந்தக:	-	எதிரியை அழிப்பவன்
193.	ஸ்ரீ அவிஹதசக்தி:	-	தடுக்க இயலாத ஆற்றல் கொண்டவன்
194.	ஸ்ரீ அனவகீத:	-	பழிச்சொல்லுக்கு ஆளாகாதவன்
195.	ஸ்ரீ அராதிகால:	-	எதிரியைக் கொல்பவன்
196.	ஸ்ரீ அனவக்ரஹ:	-	தடுக்க இயலாதவன்
197.	ஸ்ரீ அதிசாஹஸ:	-	துணிவானவன்
198.	ஸ்ரீ அனுக்சீல:	-	கனிவானவன்
199.	ஸ்ரீ அபயராசி:	-	சிறந்த பாதுகாவலன்
200.	ஸ்ரீ ஆஹதலக்ஷன:	-	அனைவரும் அறிந்த நற்குணம் கொண்டவன்
201.	ஸ்ரீ உத்ஸாஹநித்ய:	-	எப்போதும் உற்சாகத்துடன் இருப்பவன்
202.	ஸ்ரீ உபாயநிபுன:	-	வழிகாட்டுதலில் சிறந்தவன்
203.	ஸ்ரீ கந்தசஸ்தீ	-	நறுமணம் மிக்கவன்
204.	ஸ்ரீ காமவிலாச:	-	காதலில் வசீகரம் கொண்டவன்
205.	ஸ்ரீ காவியபிரபோத:	-	காவியங்களை மீட்டவன்
206.	ஸ்ரீ காரணகோப:	-	காரணத்தோடு கோபம் கொள்பவன்
207.	ஸ்ரீ சன்ட தண்ட:	-	கடுமையான தண்டனை வழங்குபவன்
208.	ஸ்ரீ அசஹ்யகோப:	-	அடக்க முடியாத கோபம் கொண்டவன்
209.	ஸ்ரீ சாயாவிருக்ச:	-	நிழல் தரும் மரம் போன்றவன்
210.	ஸ்ரீ தரணிதிலக:	-	புவியின் அணி
211.	ஸ்ரீ வருணபாச:	-	வருணனை தன்னகத்தே கொண்டவன்

212.	ஸ்ரீ தைர்யசாகர:	-	கடலளவு தைரியமானவன்
213.	ஸ்ரீ ப்ரவர்த்தசக்ர:	-	சக்ரவர்த்தி
214.	ஸ்ரீ நாகப்ரிய:	-	நாகத்தை விரும்புவன்
215.	ஸ்ரீ நிரமித்ர:	-	பகைவனற்றவன்
216.	ஸ்ரீ நிரர்கல:	-	தடைகளற்றவன்
217.	ஸ்ரீ பரந்தப:	-	எதிரிகளை துன்பம் கொள்ள வைத்தவன்
218.	ஸ்ரீ லோகசிகாமணி	-	புவியின் மணிமகுடம்
219.	ஸ்ரீ பார்த்திவசிம்ஹ:	-	அரசர்களில் சிங்கம்
220.	ஸ்ரீ பலப்ரம:	-	போர்ப்படைகளை அழித்தவன்
221.	ஸ்ரீ பூரிதான:	-	சுதந்திரமானவன்
222.	ஸ்ரீ ப்ரதிபய:	-	வலிமையானவன்
223.	ஸ்ரீ பீமவிக்ரம:	-	அச்சம் கொள்ளவைக்கும் வீரன்
224.	ஸ்ரீ ராஜகுஞ்சர:	-	ராஜ யானை
225.	ஸ்ரீ லலிதவிலாச:	-	அன்னை லலிதாவிடம் வசிப்பவன்
226.	ஸ்ரீ சாஸ்த்ரத்ருஷ்டி:	-	சாத்திரம் அறிந்தவன்
227.	ஸ்ரீ வாரணபகதத்த:	-	பாகனைப் போன் யானையை அறிந்தவன்
228.	ஸ்ரீ விக்ருதவிலாஸ:	-	கருணையில் சிறந்தவன்
229.	ஸ்ரீ விக்ரமகேசரீ:	-	வீரத்தில் சிங்கம்
230.	ஸ்ரீ வீணாநாரத:	-	வீணை வாசித்தலில் நாரதனைப் போன்றவன்
231.	ஸ்ரீ சங்கரபக்த:	-	சிவபக்தன்
232.	ஸ்ரீ ஸௌராக்ரகன்ய:	-	வீரத்தில் முதன்மையானவன்
233.	ஸ்ரீ தத்வவேதீ	-	தத்துவம் அறிந்தவன்
234.	ஸ்ரீ ஈஸ்வரபக்த:	-	சிவபக்தன்
235.	ஸ்ரீ உதிதபிரபாவ:	-	எழுச்சி மிக்க சக்தி கொண்டவன்
236.	ஸ்ரீ ஆஹவதிர:	-	போரில் தீரன்
237.	ஸ்ரீ ஆஹவகேசரீ	-	போரில் சிங்கம்
238.	ஸ்ரீ அத்யுதார:	-	நற்செயலுக்கு உட்காரணமானவன்
239.	ஸ்ரீ அனுநயசாத்ய:	-	உணர்ச்சிவசப்படுபவன்
240.	ஸ்ரீ ஸ்ரீகாலகோப:	-	தகுந்த நேரத்தில் கோபப்படுபவன்

241.	ஸ்ரீ சக்ரவர்த்தி	-	பேரரசன்
242.	ஸ்ரீ அமோகபான:	-	குறி தப்பாது அம்பு எய்பவன்
243.	ஸ்ரீ அசஷ்யமார்க்கண:	-	வலுவான அம்புகளைக் கொண்டவன்
244.	ஸ்ரீ உக்ரசாயக:	-	வலிமையான அம்புகளைக் கொண்டவன்
245.	ஸ்ரீ உத்ததவிஷிக:	-	மேல்நோக்கியே அம்புகளைக் கொண்டவன்
246.	ஸ்ரீ பீமகார்முக:	-	பயங்கரமான வில்லைக் கொண்டிருப்பவன்
247.	ஸ்ரீ பீஷணசாப:	-	குழப்பமடையாதவன்
248.	ஸ்ரீ அவிஸ்மித:	-	நிறைய விருப்பங்களைக் கொண்டவன்
249.	ஸ்ரீ அமித்ராசனி:	-	எதிரிகளுக்கு சனி
250.	ஸ்ரீ இஷ்டவர்ஷ:	-	விரும்பியதை கொடுப்பவன்
251.	ஸ்ரீ இந்திரலீல:	-	அழகில் இந்திரன்
252.	ஸ்ரீ அமித்ரமர்த்தன:	-	எதிரிகளைக் கொல்பவன்
253.	ஸ்ரீ ஆஜிமர்த்தன:	-	எதிரிகளை போரில் சிதறடிப்பவன்
254.	ஸ்ரீ துஷ்டதமன:	-	எதிரிகளை வெற்றி கொள்பவன்

பிற்கால பல்லவர் அட்டவணை

1. கி.பி.575-600   :   சிம்மவிஷ்ணு
2. கி.பி.600-630   :   முதலாம் மகேந்திரவர்மன்
3. கி.பி.630-668   :   முதலாம் நரசிம்மவர்மன்
4. கி.பி.668-670   :   இரண்டாம் மகேந்திரவர்மன்
5. கி.பி.670-695   :   முதலாம் பரமேஸ்வரன்
6. கி.பி.695-722   :   **இராஜசிம்மன்**
7. கி.பி.720-728   :   மூன்றாம் மகேந்திரவர்மன்
8. கி.பி.722-730   :   இரண்டாம் பரமேஸ்வரன்
9. கி.பி.730-795   :   இரண்டாம் நந்திவர்மன்
10. கி.பி.796-847   :   தந்திவர்மன்
11. கி.பி.846-869   :   மூன்றாம் நந்திவர்மன்
12. கி.பி.859-899   :   நிருபதுங்கன்
13. கி.பி.870-912   :   கம்பவர்மன்
14. கி.பி.885-903   :   அபராஜிதவர்மன்

நூல் பட்டியல்

1. தொல்காப்பியம், (பதி) பேராசிரியர். பசுபதி. ம. வே., தமிழ்ப் பல்கலைக்கழகம், தஞ்சாவூர், 2010.

2. நன்னூல் மூலமும் விருத்தியுரையும், (பதி) தாமோதரன். அ, உலகத் தமிழாராய்ச்சி நிறுவனம், சென்னை, 1999.

3. நாலாயிரதிவ்யப் பிரபந்தம், (பதி) முத்து சீனிவாசன் & குப்புசாமி, செண்பகா பதிப்பகம், சென்னை, 2012.

4. தண்டியலங்காரம், (பதி) பேராசிரியர். சுந்தரமூர்த்தி. கு, மதிராஸ் லா ஜர்னல் பதிப்பகம், திருவிடைமருதூர், 1967.

5. திருமந்திரம், (பதி) டாக்டர். இரமண சாஸ்திரிகள். *V.V.*, மதராஸ் ரிப்பன் அச்சு இயந்திர சாலை, 1912.

6. சிவஞானபோதம், (பதி) மீனாட்சி சுந்தரம் பிள்ளை, திருவாவடுதுறை ஆதீனம், 1949.

7. சிற்பச்செந்நூல், கணபதி ஸ்தபதி.வை. தொழில் நுட்பக் கல்வி இயக்ககம், சென்னை, 1978

8. தேவாரம், (பதி). கோபால் அய்யர். டி. வி. பாண்டிசேரி.

9. *Ainthiram.ed.Ganapati Sthapati, Chennai: Directorate of Technical Education, 1986.*

10. *Avanti Sundari Kathasara, ed.Harihar Shastri.G, Kuppuswami sastri research institute, Chennai, 1957.*

11. *Brahma Sutra Bhasya Of Shankaracharya, ed. Swami Gambhirananda, 1972*

12. *Dakshinamurti stotra of Sri Sankaracharya, ed. Alladi Mahadeva Sastry, The personal bookshop, Chennai, 1978.*

13. *Khiladhikara, ed. Parthasarathi Bhattacarya, Tirumala Tirupati Devasthanams, Tirupati, 1997.*

14. *Kavyadarsa of Dandin,ed. Belvalkar.S.K,The oriental book supplying agency, Poona,1924*

15. *Kavyadarsah, ed.Ray & Jain.S, Oriental book centre, Delhi, 2004.*

16. *Kavyalankara of Bhamaha, ed. Naganatha sastry, Motilal banarsidass, Delhi, 1991.*

17. *Kavyaprakasha, ed.Jha.S.K., The Bharatiya vidya prakasam, Uttrapradesh, 2018.*

18. *Mayamatam, Vol. 1&2, ed. Bruno Dagens, Indira Gandhi National Center For Arts, New Delhi, 2000.*

19. *Manasara on Architecture and Sculpture, Vol. 3, ed. Prasanna Kumar Acharya, Oriental books reprint corporation, Delhi, 1979.*

20. *Marichi Samhita, ed. Sri Prayagadasji, Tirumala Tirupati Devasthanams press, Tirupati, 1926.*

21. *Padma Samhita, ed. Seetha Padmanabhan & Sampath, Pancaratra Parisodhana Parisad, Madras, 1974*

22. *Srimat Kamikagamam, ed. Sabharathnam.S.P, Himalayan Academy, Kauai Adheenam, Hawaii, U.S.*

23. *The Brahmanda Purana, ed.Tagare. G. V., Motilal Banarsidass publishers, Patna,1998*

24. *The Natyasastra, ed. Manomohan ghosh, The royal Asiatic society of Bengal, Calcutta, 1959*

25. *The Dasakumaracharita of Dandin, ed..Kale.M.R., Booksellers publishers, Bombay, 1925.*

26. *Acharya, P. K. Hindu Architecture in India and Abroad. Bhopal, 1979.*

27. *Acharya, Prasanna Kumar. A Dictionary of Hindu Architecture.Delhi, 2008.*

28. *Coomaraswamy, Ananda K. History of Indian and Indonesian Art. NewYork, 1985.*

29. *Coomaraswamy, Ananda K. The Art and Crafts of India and Ceylon.London and Edinburgh, 1913.*

30. *Coomaraswamy, Ananda K. The Indian Craftsman. London, 1909.*

31. *Dubreuil Jouveau, G. Dravidian Architecture. Varanasi, 1972.*

32. *ed.Edgerton, Franklin,The Sabhaparvan. Poona, 1944.*

33. *Fergusson.J, History of Indian and Eastern Architecture, John Murray, Albemarle street, London, 1899.*

34. *Gopalan, R. History of the Pallavas of Kanchi. Madras, 1928.*

35. *Jouveau Dubreuil, G. Pallava Antiquities – Vol. I. London, 1916.*

36. *Jouveau Dubreuil, G. The Pallavas. Pondicherry, 1917.*

37. *Mahajan, V. D. Ancient India. New Delhi, 2015.*

38. *Nagaswamy, R., ed. Seminar on Inscriptions, 1966: Speeches & and Papers. Chennai, 1968.*

39. *Nagaswamy.R, New light on Mamallapuram, Archaeological survey of South India, Delhi.*

40. *Nagaswamy.R, The Kailasanatha temple, the State Department of Archaeology, Government of Tamilnadu. 1969.*

41. *Nilakanta sastri.K.A, The Illustrated history of south India, Oxford university press, New Delhi, 2009.*

42. *Percy brown, Indian Architecture (Buddhist and Hindu period),1942.*

43. *Prataparudriya, eds.Dr. K.S. Ramamurthi & Dr. S.L.Matha. Sri Venrateswara university, Tirupati,1993*

44. *Ramachandra Rao. S.K, The Agama Encyclopaedia, Vol.VI, Sri Satguru publication, Indian book house, Delhi, 2005.*

45. *Rao Gopinatha, T. A. Elements of Hindu Iconography Vols. and 2.Madras, 1914.*

46. *Srinivasan, C. R. Kanchipuram Through the Ages. Delhi, 1934.*

47. *Srinivasan.K.R, Temples of South India, National Book Trust, New Delhi,2014.*

48. *South Indian Inscriptions,, The Director General Archaeological Survey of India, Delhi, 1991.*

49. *Mahalingam,T.V, Inscriptions of the Pallavas, Indian council of Historical research, Delhi, 1988.*

படங்கள்

படம்.1 கைலாசநாதர் கோயில், காஞ்சிபுரம்

படம்.2 கடற்கரைக்கோயில், மாமல்லபுரம்

படம்.3 தாளகிரீஸ்வர் கோயில், பனைமலை

படம்.4 இரட்டைச் சிற்பம், கைலாசநாதர் கோயில், காஞ்சிபுரம்

படம்.5 கைலாசநாதர் கோயில், காஞ்சிபுரம்

படம்.6 கைலாசநாதர் கோயில், காஞ்சிபுரம்

படம்.7 கைலாசநாதர் கோயில், காஞ்சிபுரம்

படம்.8 மாயன் பிரமிடு, குட்டமல்லா

படம்.9 கைலாசநாதர் கோயில், காஞ்சிபுரம்

படம்.10 கைலாசநாதர் கோயில், காஞ்சிபுரம்

படம்.11 தக்ஷிணாமூர்த்தி, கைலாசநாதர் கோயில், காஞ்சிபுரம்

படம்.12 தக்ஷிணாமூர்த்தி, கைலாசநாதர் கோயில், காஞ்சிபுரம்

படம்.13 லிங்கோத்பவர், கைலாசநாதர் கோயில், காஞ்சிபுரம்

படம்.14 பிக்ஷாடனர், கைலாசநாதர் கோயில், காஞ்சிபுரம்

படம்.15 சிவலிங்கம், கைலாசநாதர் கோயில், காஞ்சிபுரம்

படம்.16 ரிஷபகுஞ்சரம், தாராசுரம்

படம்.17 சங்கரநாராயணன், கைலாசநாதர் கோயில், காஞ்சிபுரம்

வரைபடங்கள்

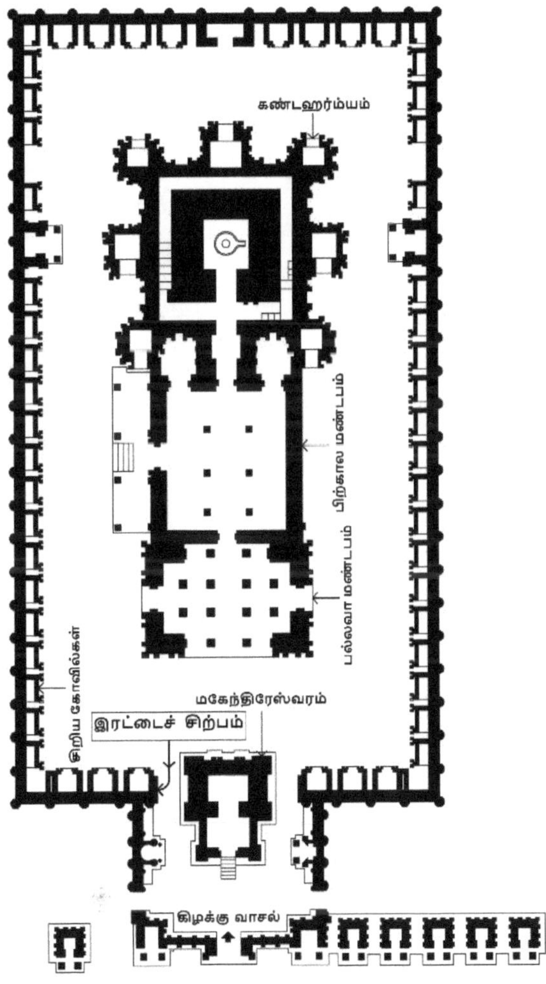

வரைபடம். 1 தரைப்படம், கைலாசநாதர் கோயில், காஞ்சிபுரம்

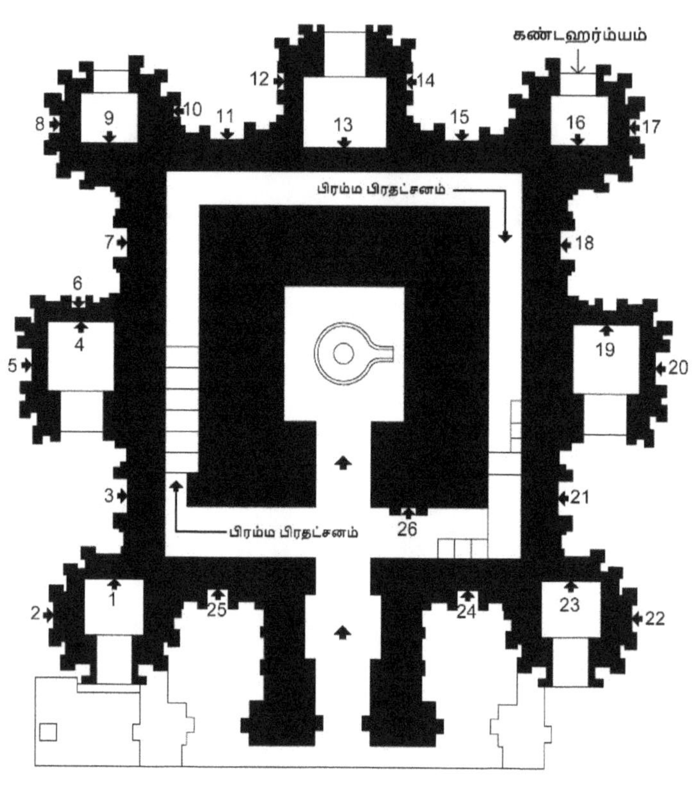

1	சிவ நடனம்	10	தேவி நடனம்	19	சுகாசன சிவன்
2	சிவ பார்வதி	11	சிவ நடனம்	20	யோகமூர்த்தி
3	உமா மகேஸ்வரா	12	கணேசர்	21	சிம்மவாஹினி
4	சுகாசன சிவன்	13	கங்காதரர்	22	கங்காதரர்
5	தக்ஷிணாமூர்த்தி	14	வீணாதரர்	23	சிவ நடனம்
6	சங்கர நாராயணன்	15	ஊர்த்துவதாண்டவம்	24	ஊர்த்துவதாண்டவம்
7	லிங்கோத்பவர்	16	சிவன்	25	ஊர்த்துவதாண்டவம்
8	பிட்சாடனர்	17	கால சம்ஹாரம்	26	துவாரபாலகர்
9	பிட்சாடனர்	18	திரிபுர சம்ஹாரம்		

வரைபடம். 2 கருவறை தரைப்படம், கைலாசநாதர் கோயில், காஞ்சிபுரம்

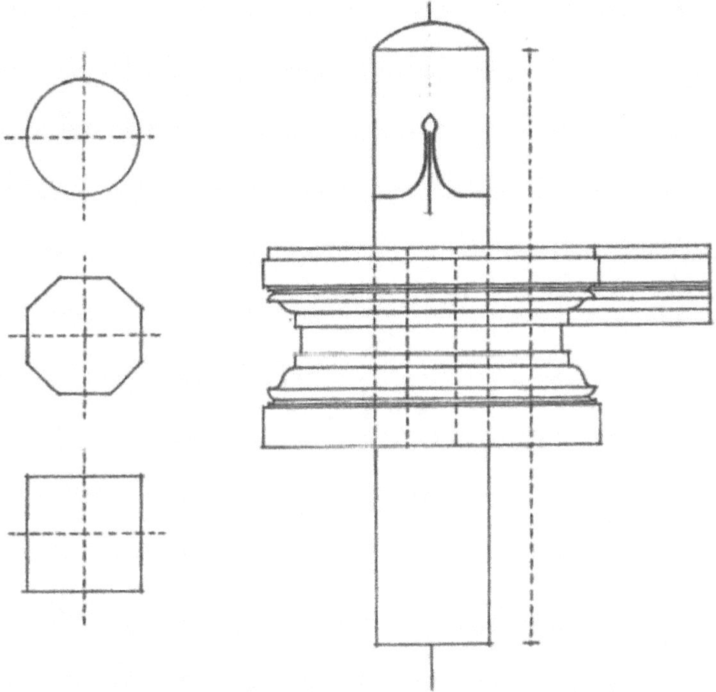

வரைபடம். 3 சிவலிங்கம்

வரைபடம். 4 நடராசர்

வரைபடம். 5 இராஜசிம்மன், கைலாசநாதர் கோயில், காஞ்சிபுரம்

வரைபடம். 5 இராஜசிம்மன், கைலாசநாதர் கோயில், காஞ்சிபுரம்

வரைபடம். 6 இராஜசிம்மன், கைலாசநாதர் கோயில், காஞ்சிபுரம்

வரைபடம். 7 இராஜசிம்மன், கைலாசநாதர் கோயில், காஞ்சிபுரம்

வரைபடம். 8 இராஜசிம்மன், கைலாசநாதர் கோயில், காஞ்சிபுரம்

வரைபடம். 9 இராஜசிம்மன், கைலாசநாதர் கோயில், காஞ்சிபுரம்

வரைபடம். 10 இராஜசிம்மன், கைலாசநாதர் கோயில், காஞ்சிபுரம்

வரைபடம். 11 இராஜசிம்மன், கைலாசநாதர் கோயில், காஞ்சிபுரம்

வரைபடம். 12 இராஜசிம்மன், கைலாசநாதர் கோயில், காஞ்சிபுரம்

வரைபடம். 13 இராஜசிம்மன், கைலாசநாதர் கோயில், காஞ்சிபுரம்

வரைபடம். 14 இராஜசிம்மன், கைலாசநாதர் கோயில், காஞ்சிபுரம்

வரைபடம். 15 இராஜசிம்மன், கைலாசநாதர் கோயில், காஞ்சிபுரம்

வரைபடம். 16 இராஜசிம்மன், கைலாசநாதர் கோயில், காஞ்சிபுரம்

வரைபடம். *17* வெண்கொற்றக்குடை

வரைபடம். *18* ஆனைச் சக்கரம்

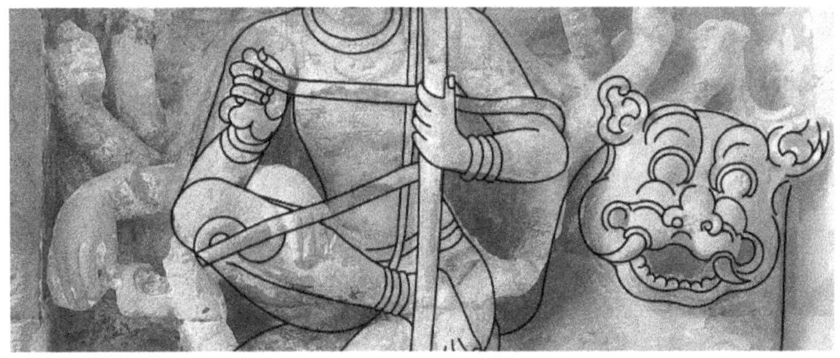

வரைபடம். *19* பாசக்கயிறு